ஆத்துக்குப் போகணும்

ஆத்துக்குப் போகணும்

காவேரி

காவேரி என்ற பெயரில் எழுதிவரும் லக்ஷ்மி கண்ணன் இரு மொழிப் புலமை பெற்றவர். கவிஞர், சிறுகதையாளர், நாவலாசிரியர். தமிழிலும் ஆங்கிலத்திலும் எழுதுபவர். இரு மொழிகளிலுமாக 21 புத்தகங்களை வெளியிட்டுள்ளார்.

தேசிய, சர்வதேச இலக்கிய, பண்பாட்டு அமைப்புகளின் எழுத்தாளர் உறைவிடத் திட்டங்களிலும் பன்னாட்டுக் கருத்தரங்கங்களிலும் புத்தகக் காட்சிகளிலும் பங்கேற்றிருப்பவர். பாலின ஆய்வுத் துறை சார்ந்தும் கட்டுரைகள் எழுதிவருபவர்.

காவேரியின் தமிழ்ச் சிறுகதைகளின் இந்தி மொழிபெயர்ப்பு பெங்குவின் நிறுவனத்தாரால் வெளியிடப்பட்டுள்ளது.

தில்லியில் வசிக்கிறார்.

காவேரி

ஆத்துக்குப் போகணும்

காலச்சுவடு பதிப்பகம்

ஆத்துக்குப் போகணும் ♦ நாவல் ♦ ஆசிரியர் : காவேரி ♦ © லக்ஷ்மி கண்ணன் ♦ முதல் பதிப்பு : நவம்பர் 2011 ♦ வெளியீடு : காலச்சுவடு பப்ளிகேஷன்ஸ் (பி) லிட்., 669 கே. பி. சாலை, நாகர்கோவில் 629 001.

காலச்சுவடு பதிப்பக வெளியீடு: 414

aattukkup pookaNum ♦ Novel ♦ Author : kaaveeri ♦ © Lakshmi Kannan ♦ Language : Tamil ♦ First Edition : November 2011 ♦ Size : Demy 1 x 8 ♦ Paper : 18.6 kg maplitho ♦ Pages : 168 ♦ Copies: 550 + 50.

Published by Kalachuvadu Publications Pvt.Ltd., 669 K.P. Road, Nagercoil 629 001, India ♦ Phone : 91 - 4652 - 278525 ♦ e-mail : publications@kalachuvadu.com ♦ Wrapper Printed at Print Specialities, Chennai 600 014 ♦ Printed at Mani Offset, Chennai 600 005.

ISBN : 978-93-80240-69-5

11/2011/S.No. 414, kcp 738, 18.6 (1) 600

ஆன்மீக நூல்களை அளித்த நாடக ஆசிரியரும்
எனது சக பயணியுமான
கிறிஸ்டீன் கோமஸ்
அவர்களுக்கு

சில சொற்கள்

எண்பதுகளில் பிரசுரிக்கப்பட்ட இந்த நாவல் பிறகு சில ஆண்டுகளில் இரண்டாம் பதிப்பாக வெளியிடப்பட்டது. ஆனால், இதற்கும் முன்னால் பல வருடங்களாகவே இந்த நாவல் என் மனதிற்குள் உருவாகிக் கொண்டிருந்தது. நான் படைத்துக் கொண்டு வந்த மற்ற நூல்களின் மீது – கவிதை, சிறுகதைத் தொகுதி, மற்றும் கட்டுரைகள்மீது – ஒரு பெரிய கரும்மேகம்போல நிழலைப் படரவிட்டபடி, என்னைத் தொடர்ந்து வந்து எழுதத் தூண்டியது.

காலக்கணக்கின்படி, எண்பதுகளின் இறுதி, மற்றும் இருபத்தியொன்றாம் நூற்றாண்டு ஆரம்பம் ஒரு பெரிய இடைவெளியைக் குறிக்கலாம். ஆனால் இதன் இடையில் நான் ஏராளமாக இந்தியாவிலும், மற்ற நாடுகளில் நடந்த அனைத்துலகக் கருத்தரங்குகளிலும் குடும்பச் சொத்தில் பெண்களுக்கு நேர்ந்து வரும் இழப்பைப் பற்றிக் கருத்துக்களைப் பகிர்ந்துகொள்ள நேர்ந்தது. ஒரு நாட்டின் விதிமுறைப்படி பெண்களுக்கு உரிமை இருந்தாலும் அவர்களுக்கு மீண்டும் மீண்டும் சொத்தில் பங்கு கிடைக்காமற்போவதைப்பற்றி வழக்கறிஞர்கள், சமூக சேவகர்கள், இலக்கியவாதிகள் மற்றும் அறிவு ஜீவிகள் பேசினார்கள். இந்த அநீதி தென்னிந்தியாவில் மட்டுமல்ல, நம் நாடெங்கும், வெவ்வேறு கலாச்சாரங்களில் நடந்துவரும் உண்மை தெளிந்து வந்தது.

“நல்ல வசதியுள்ள குடும்பத்தின் படித்த மனிதர்கள், உயர் பதவிகளில் பணியாற்றி வருபவர்கள்” என்று பொதுவாக வர்ணிக்கப்படும் சூழலிலும் இந்த அநீதி

தயக்கமில்லாமல் நடந்துவருகிறது. இந்தக் குடும்பங்களில் பிறந்த பெண்கள், தங்கள் இழப்பு உணர்ச்சிகளைக் காட்டிக் கொள்ளாமல், 'ஓர் உயர்ந்த குடும்பத்துப் பெண்' என்ற கனமான பொறுப்பையும், பெயரையும் சுமந்தபடி, மறுப்புக் குரல் எழுப் பாமல், மௌனமாக, ஒன்றும் நடக்காததுபோல வாழ்ந்து வருகிறார்கள்.

தில்லியில் ஒரு கருத்தரங்கில், இலக்கியத்தில் மிகுந்த ஆர்வமுள்ள ஒரு பிரபல பெண் வழக்கறிஞர் மற்றும் உச்ச நீதிமன்றத்தில் நீதிபதியாகப் பணி புரிந்தவர், விவாதங்களில் சில அனுபவ உண்மைகளைப் பகிர்ந்துகொண்டார்.

இந்த அநீதிக்கு உடந்தையாக இருக்க விரும்பாத தகப்பன்மார்களும் இருக்கிறார்கள் என்றார். அப்படியொரு தந்தை தன் மகளுக்கும் சொத்தில் ஒரு பங்கைப் பாசத்துடன் எழுதிவைத்தால், உடனே அந்தப் பெண்ணின் சகோதரன் அவளுடன் பேச்சுவார்த்தை மற்றும் உறவைத் துண்டித்துக் கொண்டுவிடுகிறான் என்றார் அந்த பெண் நீதிபதி. வடக்கே, இன்னும் சில குறுகிய வட்டாரங்களில், சொத்தில் பங்குள்ள பெண்கள் கொலைபட்டுபோகும் அவலங்களைப்பற்றி அதிர்ச்சி கரமான சம்பவங்களைக் குறித்துப் பேசினார். ஆனால் அதே ஆண் தன் சகோதரனுடன் சொத்தைப் பங்குக்கொள்ள இணங்கு கிறானே என்றும் வியந்தார்.

மனிதன் தன் சௌகரியத்திற்குத் தகுந்தபடி வகுத்துக் கொண்ட மரபுகள் இன்றுவரை பிடிவாதமாக நீடித்து வரு கின்றன. இதை ஓரளவு உணர்ந்ததினால்தானோ என்னவோ, ஆரம்பத்தில் இந்த நாவலை நான் எழுத தள்ளிப்போட்டுக் கொண்டு வந்தேன். நாவலை எழுதாமல் விட்டிருந்தால், பூர்வீகச் சொத்து, அதில் உரிமை, என்ன கிடைத்தது, என்ன இழக்க நேர்ந்தது – என்ற விஷயங்கள் அப்படியே அவை பொருளாதார வரையறைக்குள் என் மனதில் இருந்திருக்கக் கூடும். ஆனால் கதை புனையத் தொடங்கினால், புனைவாற்றல் பரிமாணங்களைத் தவிர்த்துவிட்டபடி, பொருளாதார வரையறை களுக்கும் அப்பால் இட்டுச் செல்கிறது. தன் மட்டில் ஒரு திசையைத் திறந்துவிட்டுக்கொண்டு செல்கிறது.

அந்தத் திசையில் போனால், 'வீடு' என்பது ஒரு சங்கேதக் குறியாக ரூபமெடுக்கிறது.

வீடு . . . ஒடுங்கிக்கொள்ள ஒரு கூடு . . . கொடுமையான வெளியுலகத்திலிருந்து நம்மைக் காப்பாற்றும் ஓடு . . .

இதற்கும் அப்பால் 'வீடு' என்பது – அது அளவில் எத்தனை சின்னதாக இருந்தாலும் – அது நாம் நம்மைச் சுற்றி அமைத்துக்

கொள்ளும் ஒரு பாலைவனச் சோலை என்ற உண்மையை நான் காயத்ரியின் தாய் மீனாட்சியால் உணர்ந்தேன், அதற்கு முதலில் காயத்ரியைப் படைத்து, அவளைச் சுற்றி மற்ற கதா பாத்திரங்கள், சூழ்நிலைகள், சம்பவங்களைப் படைத்த பிறகே, 'வீடு' என்பது என்ன என்ற கேள்வி பல நிறங்களைப் பூண்டு எழும்பியது. கேள்வி என்னை மறுபடியும் நாவலின் முதல் பாகத்தில் தோன்றும் காயத்ரியின் தாய் மீனாட்சியிடம் இட்டுச் சென்றது. 'வீடு' என்பது நிம்மதி மற்றும் நிறைவு தரும் ஒன் றாக நம்மால் அமைத்துக்கொள்ள முடியுமென்ற மீனாட்சியின் விவேகம் விளக்குபோல ஒளி வீசிய பின் மறைந்தது.

இப்போது, 2011இல் காலச்சுவடு வெளியீடாக மூன்றாம் பதிப்பை வெளியிட மேற்கொண்ட பதிப்பாளரும் ஆசிரியரு மான திரு.எஸ்.ஆர். சுந்தரம் (கண்ணன்) அவர்களுக்கு நான் மிகுந்த நன்றியைத் தெரிவித்துக்கொள்கிறேன். நாவலின் பொருள் இன்றுவரை நீடித்துப் பெண்களை பாதிக்கும் நிலைமை ஒரு பக்கம் இருக்க, நாவலுக்குக் காலச்சுவடு அளிக்கும் இந்த வாய்ப்பும் ஒரு மறுமலர்ச்சியாகுமென நம்புகிறேன்.

காவேரி

பாகம் 1

1

முதலில் வட்டமாக ஒரு மொத்தை, பிறகு, அதை விடப் பெரிதளவாக வட்டமாக ஒரு ‘வயிறை’ ஒட்ட வைத்து அதில் ஒரு கழுத்தை விரல்களால் நீட்டித் தேய்த்துவிட்டார்கள் அந்தச் சிறுமியர்கள். ஈரக்களிமண் அவர்களின் கட்டளைக்குக் கீழ்ப்படிந்தது. களிமண் சிற்பக்கலையில் முழுச் சிரத்தையுடன் ஈடுபட்டிருந்த ஆர்வம் மிகுந்த சின்ன, சின்ன முகங்கள். ஒரு சிறுமி, உள்ளங்கையில் சின்ன அளவாக மண் விழுதை உருட்டி, அதை நீண்ட விரல் போல நீட்டி, வட்டமான அந்த முகத்தில் ஒட்டவைத்தாள். ஒரு ஈர்க்குச்சியால் கீழ்ப் பாகத்தைக் கூர்மையாக்கித் ‘தாடை’யை உருவாக்கி, பிறகு ஒரு ‘வாயை’க் கீறினாள். நீண்ட விரல் போல் நீட்டிய மண்ணை ஒரு பக்கமாக வளைத்துத் ‘தும்பிக்கை’ ஆக்கினாள். பிறகு –

“இதோ பார், பிள்ளையார்!” என்று கூவினாள் ஸந்த்யா.

“எங்கே பார்ப்போம்”? என்று தன்னுடைய மண் மொத்தையைவிட்டு எழுந்து வந்தாள் காயத்ரி. அந்த உருவத்தைக் குனிந்து கொஞ்ச நேரம் கவனித்தாள்.

“ஹா, ஹா” என்று பெரிதாகச் சிரித்தாள். “ஏண்டி சிரிக்கறே?” என்றாள் ஸந்த்யா. “இது பிள்ளையாரா? ஓஹோ... ஹோ ...” என்று மறுபடியும் வயிற்றைப் பிடித்துக்கொண்டு சிரித்தாள்.

தொடர்ந்து, “ஐய, என்ன இது, கன்னம் சப்புனு ஒட்டிக்கிடக்கு. வாயிலே சிரிப்பேயில்லே” என்றாள் காயத்ரி. “ஷட் அப்! நீ மட்டும் என்ன சாதித்து விட்டாய், பார்க்கலாம்” என்ற ஸந்த்யா, காயத்ரியின் மண் மொத்தையை நெருங்கினாள்.

ஏளனமாய்ச் சிரித்து, "ஹா! உன்னுடைய மண் இன்னும் களிமண்ணாகவே கிடக்கிறது" என்று கொக்கரித்தாள். சட்டென்று முகம் மாறிக் காயத்ரியும் தலையைச் சொறிந்துண்டு "ஆமாண்டி" என்று ஒப்புக் கொண்டாள்.

"தினம் பிள்ளையாரைப் பிரார்த்தனை செய்து, செய்து அவர் ஏதோ ஆத்து மனுஷா மாதிரி பழகிப் போயிடுத்துடீ. அதான் அவரைப் போலவே உருவம் அமைக்கலாம் என்றால், அவர் எங்கேயோ நழுவிப் போயிடராப்பலே இருக்கு. உருவம் சரியா வரணுமே என்று பயந்து, பயந்து அப்புறம் ஒண்ணுமே வராம போயிறதுடீ" என்று உதட்டைப் பிதுக்கினாள் காயத்ரி.

"இதோ இதைப் பாருங்கோடி, என் பிள்ளையாரை" என்று கூவினாள் உஷா. "அட அழகா இருக்கே! எப்படிப் பண்ணே?" என்றாள் காயத்ரி, கண்கள் மலர. "ஸிம்பிள்" என்றாள் உஷா சுருக்கமாக, முகத்தில் கர்வம் படர.

"சரி, மறுபடியும் ட்ரை பண்ணலாம் வாங்க" என்று துரிதப்படுத்தினாள் பத்மா.

மண்கறை படிந்த கவுன்கள். குறுகுறுவென ஆர்வம் மிளிர்ந்த கண்கள். மைசூருக்கே ப்ரத்தியேகமான குளுகுளு வென்ற மாலைக் காற்று அவர்கள் நெற்றியிலும் முகத்திலும் தலை மயிரைக் கலைத்துப்படரவிட்டது. அன்று மாலை சாதாரணமாகக் கிளம்பின அந்தச் சிறுமிகளின் விளையாட்டுக் கோஷ்டியில் திடீரென்று பேச்சு முற்றிப்போய் அவர்களைத் தீவிரமாக ஒரு எண்ணம் கவ்விக்கொண்டது.

"நீ சதுர்த்திக்குப் பிள்ளையார் வாங்கப் போகலையா உங்கம்மாவோட?"

"இந்த வருஷம் என் தம்பி போயிருக்கான்."

"எங்காத்துலே நேத்தியே பிள்ளையார் வாங்கியாச்சு".

"ஆமா, அதெப்படி நாளைக்குச் சதுர்த்தி என்றால் கரெக்டா பிசுபிசுன்னு மழைதூறத் தொடங்கறது ஒவ்வொரு வருஷமும்?"

"அங்கே மேலே உமாச்சிகிட்டே ஒரு காலெண்டர் இருக்கோ என்னமோ, கரெக்டா புரோக்ராம் போட்டு!"

கொல்லென்ற சிரிப்பு. "எனக்கு ஒரு ஐடியா தோணறது" என்றாள் காயத்ரி. "ஏன் இந்த வருஷம் பண்டிகைக்கு நாமே பிள்ளையார் பிடிக்கக் கூடாது?"

"என்னது, பிள்ளையார் பிடிக்கறது அவ்வளவு சுலபம்னு நெனச்சாயா?" மறுப்புக் குரல்கள்.

"அட, பண்ணிப் பார்த்தான்ன தெரியும்?" என்றாள் காயத்ரி.

"வாங்கடி, காலையிலிருந்து மானம் பிசுபிசுத்துக் கொண்டிருக்கு. அந்தப் பார்க்கிலே ஓரமாய்க் குவிந்திருக்கும் மண் எல்லாம் நனைந்திருக்கும்."

கொஞ்ச நேரம் சிறுமிகளிடம் மௌனம் நிலவியது. பிறகு, "கம் ஆன்!" என்று பத்மா கூவ, எல்லோரும் பார்க்கை நோக்கி விரைந்தார்கள். ஈரம் கசிந்த களிமண் அவர்கள் ஆர்வத்தை ஈர்த்தது. அமைதியான அந்தப் பார்க்கில் பெரும் பான்மையோர் காற்று வாங்க வந்த வயதானவர்கள். கடுமையில்லா இயல் தன்மை வாய்ந்த கன்னட உள்ளூர் ஜனங்கள். அவசர உந்துதலில்லாமல் நடைபோடும் மைசூர் வாழ்க்கை. மாலைக் காற்றுடன் ஈர மண்வாடை சேர்ந்து அந்தச் சிறுமியர்களை இதமாகச் சூழ்ந்துகொள்ள, மண்ணைக் குழைத்துப் பிள்ளையாரை உருவாக்குவதிலேயே மும்முரமாய் மூழ்கிக் கிடந்தார்கள்.

"ஆத்துக்குப் போகணும்"

" . . . "

"ம் . . . நா போகணும், நேரமாச்சு!"

"உஷ்!"

"ஆத்துக்கு . . ."

ஈரமண்ணை அளைந்தபடி இருந்த சின்ன கைகள் நின்றன.

"சட்! என்னடி இது காயத்ரி, இப்பதான் உருப்படியா முகம் எழும்பறது. சரியான சமயத்திலே கலைக்கிறாயே!" என்று சீறினாள் பத்மா.

"அதானே. நீயே எங்களையெல்லாம் பிள்ளையார் பிடிக்கக் கிளப்பிவிட்டு, இப்ப நடுவிலே எழுந்திருக்கிறே!" என்றாள் உஷா.

"ஊஹூம், எனக்குப் போகணும் ஆத்துக்கு, தாத்தா கவலைப்படுவார்" என்றாள் காயத்ரி.

"ஐய! கிடக்கார் உன் தாத்தா!" என்றாள் உஷா மண்ணைக் குழைத்தபடி.

"என்ன சொன்னே?" என்ற காயத்ரி, முகம் சிவக்க, விறுவிறுவென்று இரண்டு எட்டு நடந்துபோய், சின்ன உள்ளங்கை நிறைய மண்ணை அள்ளி, உஷாவின் முகத்தில் எறிந்தாள்.

"ஓ அம்மா . . . அம் . . . மாவ்!" என்று கவுனால் கண்களைத் துடைத்தபடி எரிச்சல் தாங்காமல் அழத் தொடங்கினாள் உஷா.

"சேச்சே . . . என்ன இது, நிறுத்துங்க" என்று சமாதானத் திற்குக் குறுக்கிட்டாள் பத்மா.

"நன்னா அழு, அழுமூஞ்சி! வெவ்வெவ்வே!" என்று அழகு காட்டினாள் காயத்ரி.

"திருப்பிச் சொல்லுவியா என் தாத்தாவை?" என்ற காயத்ரி, மணகுவியலில் தனித்தனியாகப் புதைந்துகிடந்த செருப்புகளை நாய்க் குட்டிபோலத் தோண்டியெடுத்து, கால்களில் மாட்டிண்டு, "போயிட்டு வரேண்டி, நாளைக்குக் கரெக்டா டைம்லே சந்திப்போம், என்ன?"

"நோ! நான் இனிமேல் உன்னுடன் விளையாட மாட்டேன், போ! டூ! டூ!" என்றாள் உஷா, "விளையாடாட்டா போயேன், டூ!" என்ற காயத்ரி ஓட்டமும் நடையுமாகச் சாலையில் பாய்ந்தாள்.

லேசாக இருட்டுப் படியத் தொடங்கி, ஈர மண்வாடை யுடைய காற்று மென்மையாகக் கன்னங்களை வருடியது. ஆனால் உஷாவுடன் போட்ட சண்டை காயத்ரியின் மனத்தை முள்போல உறுத்தியது. எங்கிருந்தோ மிதந்துவந்த மனோ ரஞ்சிதத்தின் கனமான இனிய மணம், பழுத்த பழங்களை நினைவூட்டும் மணம். வேகமாய் நடந்தாள் காயத்ரி. இன்னும் இரண்டு சின்ன தெருக்களைக் கடந்து நான்கு வீடுகளைத் தாண்டினால்தான் தாத்தாவின் வீடு வரும். இந்தத் தெருவில் யாரோ ஒரு பெண் பாட்டுச் சாதகம் பண்ணுவது காதில் விழுந்தது. ரொம்பச் 'சமர்த்தான' பெண் போலிருக்கு! மாலை யில் முகம் அலம்பிக்கொண்டு சீராகப் பொட்டிட்டுக்கொண்டு, கை கால்களைச் சுத்தமாக, மண் கறைபடியாமல் வைத்துக் கொண்டு, விளக்கேற்றியவுடன் பாட்டுச் சாதகம் செய்யும் பிரகிருதி. ஒரு சுத்த 'போர்!' "மரம் ஏறாதே, அழுக்கில் விளையாடாதே. வீட்டிற்குள் ஓடாதே, தனியாக இருட்டில் போகாதே . . ." அடசட்! 'சமர்த்து' என்று பெயர் வாங்க எத்தனை தண்டனைகளுடன் உப்புச் சப்பில்லாமல் வாழ வேண்டியிருக்கு . . .

தெருக்கோடியில் பாட்டுச் சாதகம் தேய்ந்தது. ஒரு வீட்டின் அடர்த்தியான ஜாஜிப் பந்தலின் மணம் கிறுகிறுக்க வைத்தது. ஆ! 'கிரேட் ஸ்மெல்!' என்று வாசனையை இழுத்துக் கொண்டாள் காயத்ரி. மனம் லேசாகியது. 'ஏன் அப்படி உஷாவுடன் சண்டை போட்டோம்? பாவம், ஏதோ சொன்னாள்,

18 ஆத்துக்குப் போகணும்

தெரியாமல்... அதனால் என்ன, என் தாத்தா குறைந்து போயிடுவாரோ, சும்மா ராஜா மாதிரின்னா இருக்கார். அதோ, வீடு வந்தாச்சு...' குதி போட்டுக்கொண்டு விரைந் தாள். சுற்றிலும் செழிப்பான தோட்டம். நடுவே பசும்புல் பரப்பின்மேல் புதைத்த மாணிக்கம் போல, தோட்ட விளக்கின் அடக்கமான ஒளியில் அலம்பிவிட்ட முத்துப்போல வீற்றிருந் தது வீடு. முன் கேட்டின் சலவைக்கல்லில் "ரிட்ரீட்" என்னும் பெயர் பளபளத்தது. காயத்ரி கேட்டைத் திறந்து உள்ளே பாய்ந்தாள். "தாத்தா நான் வந்தாச்சு!"

அகலமான அறுகோணமுடைய தாத்தாவின் பெரிய அறை. இரண்டு சுவர்கள் முழுவதையும் அடைத்தாற்போலப் புத்தக அலமாரிகள். செஸ்டர்டன், ஸர் வால்டர் ஸ்காட், மில்டன், ஷேக்ஸ்பியர், டூர்ஜெனவ், டால்ஸ்டாய், செகோவ், இப்ஸன், சர்ச்சில், காந்தி, நேரு, கம்பன், கல்கி, ராஜாஜி... இன்னும் எத்தனையோ வரிசை, வரிசையாகப் புத்தகங்கள். சிலசமயம் அந்தப் புத்தகங்களை அலமாரியிலிருந்து எடுத்து, ஏட்டைப் புரட்டி, விரல்களால் தடவி, திரும்ப ஜாக்கிரதை யாக அதே இடத்தில் வைத்துவிடுவாள் காயத்ரி. அறுகோண அறையில் ஐந்து அகலமான ஜன்னல்கள். அறைநடுவே பளபள வெனத் துலங்கும் மேஜை, நாற்காலி, அதன்மீது சீராகக் காகிதங்கள், பேனா ஸ்டாண்ட், ஒரு வெளிர் நீலப் பீங்கான் ஜாடியில் ரோஜாப் பூக்கள். அறையின் உள்கதவைத் திறந்தால், இன்னொரு பெரிய அறையைப் போல ஒரு குளியலறை. அதிலும் ஒரு சின்ன மர அலமாரியில் சில புத்தகங்கள். காயத்ரிக்குச் சிரிப்பு வரும். தாத்தா குளிக்கும்போது கூடவா புத்தகம் படிப்பார்?

இன்னொரு கதவைத் திறந்தால் பாட்டியின் அறை. பெரிய செளகரியமான இந்த அறையில் ஒற்றைக் கட்டில், பக்கவாட்டில் தரையில் பட்டுப்பாய் விரிப்புகள். அந்த அறை யில் தான் காயத்ரியின் அம்மா, சித்திமார்கள், ஒன்றுவிட்ட சகோதரிகள், சின்ன குழந்தைகள் என்று புடைசூழ, இவர்கள் நடுவில் பாட்டி 'தர்பார்' நடத்துவாள். அந்தக் கும்பலில் புகுந்துகொண்டால் புடவைச் சலசலப்பும், பளீரிடும் வைரமும், நகைகளும், பூவின், 'கொலோ'னின் நறுமணமும் சூழ்ந்து கொள்ளும். கிசுகிசுக்கும் குடும்ப ரகசியங்களும் இழிவுகளும் திடீரென்று 'கொல்லென்ற' சிரிப்புமாக ஒலிகள் எழும்பும். மறுபடியும் தாத்தாவின் அறை. ஒற்றைப் படுக்கையின் ஓரத்தில் 'கோல்ஃப்' ஸெட், கோல்ஃப் பந்துகள். ஒரு சாய்வு நாற்காலி யில் தாத்தா சாய்ந்திருக்க, அவர் கட்டில் விளிம்பில் உட்கார்ந் திருந்த காயத்ரி கீழே காலை ஆட்டியபடி அவருக்குப் பதில் சொல்லி வந்தாள்.

"பிள்ளையார் பிடிக்கிற சாக்கிலே நன்னா மழையிலே நனைஞ்சேளாக்கும்?"

"இல்லே தாத்தா, அப்புறம் மழை நின்னு போச்சு."

"ஆமா, அப்படியென்ன உஷாகிட்டே சண்டை போட்டாயாம்?"

"..."

"ஏன், சொல்லமாட்டியா?"

"உம்... அவ எத்தனை திமிரா பேசினா"

"என்னதான் பேசினா? எனக்கும் சொல்லேன்."

"ஊஹூம், மாட்டேன். அவ ஒரு ஸில்லி கர்ல்!"

கட்டில் கீழே ஆடும் கால்கள் நின்றன. 'தொபுக்'கென்று கட்டிலைவிட்டுக் குதித்த காயத்ரி, தாத்தாவின் நெற்றியில் முத்தமிட்டாள்.

"குட்நைட் தாத்தா"

"குட்நைட் பேபி" என்று அவளை மென்மையாகத் தழுவிக் கொண்டார். அவர் உபயோகிக்கும் 'பியர்ஸ்' ஸோப், 'யார்ட்லே' பவுடரின் மணம், 'லேவெண்டர் போமேடின்' கலவையுடன் பழகிப்போன முறையில் காயத்ரியை இதமாகச் சூழ்ந்து கொண்டன. சற்றைக்கெல்லாம் 'ரிட்ரீட்டில்' விளக்குகள் அணைந்தன.

"ரிட்ரீட்"

அந்த வீட்டின் முகப்பைப் பார்த்தமட்டில் என் மனது அமைதியடைந்து, பரவலாக ஒரு சாந்தம் புகுந்துகொள்ளும். அந்த வீட்டுப் பெண்ணான என் அம்மா மீனாட்சியின் கையிலிருந்து, பெண்வயிற்றுப் பேத்தியான என் கையிலிருந்து வழுக்கிக்கொண்டு கண்ணைச் சிமிட்டிக்கொண்டு யாருக்கோ சொந்தமாக நழுவிப்போன வீடு. கனவுபோலத் தேய்ந்த வீடு.

தில்லியில் நான் இருக்கும் வீடு? 'ப்ளாட்' என்று சொல்லப் படும் ஒரு பொந்து. ஒரு நாளெல்லாம் ஆபீஸில் வேலை செய்து முடித்து, சோர்வுடன் 'சார்டெட்' பஸ்ஸைப் பிடித்து, அந்த ஏழு மாடிக் கட்டடத்தின் 'பொந்திற்கு' உடைசலான 'லிஃப்ட்' வழியாகப் போகணும். தோளில் பையும், கையில் தர்மஸ் ஃப்ளாஸ்கும் தொங்கப் பொந்தை அடைந்தவுடன், அந்த நெருப்புப் பெட்டி போன்ற சின்ன அறைகளைப் பார்த்து, அதில் இடுங்கின கண்கள் போல் பொருத்தப்பட்ட

ஜன்னல்களைப் பார்த்து, கருமித்தனமான குட்டிச் சுவர்களைப் பார்த்து எரிச்சலாக வரும். ஏளனம் செய்வதுபோலச் சுவரிலிருந்து நீட்டிக்கொண்டிருக்கும் பீங்கான் பேஸின்கள் பெயருக்குப் பொருத்தப்பட்டவை. முகம் முழுக்க அலம்பலாமா, அல்லது மூக்கு நுனியுடன் நிறுத்திக்கொள்ளலாமா?

இந்தக் கூண்டின் சின்ன வரையறைக்குள் மனிதத் தன்மையே சுருங்கிப் போகும்படி நாங்களும் சின்னவர்களாக முடங்கினோம். இந்த அசௌகரியமான எலிப்பொறிக்குள் ஒடுங்கிக் கொண்ட சங்கருக்கும் எனக்கும் உடம்பு பிணமாய் விறைத்துக்கொள்ளும்.

"என்ன பலமான யோசனை, காயத்ரி? வீட்டுக்குள்ளே தான் செத்த போய்ப் பார்ப்போமே?" என்றார் சங்கர்.

"வேண்டாம். வெளியிலிருந்தே பார்த்துட்டுப் போவோம்" என்றேன். சங்கர் சிரித்தார்.

"யாரு குடியிருப்பதா சொன்னே?"

"யோகேந்திர ராவ். ஒரு கன்னடக்காரர். நான் என் உடம்பிற்குள் வாடகைக்குக் குடியிருப்பதுபோல அவரும் இங்கே இருக்கார் போலும்" என்றேன்.

"உடம்பிற்குள் குடியிருக்கிறாயா? ஏன் இப்படியெல்லாம் பேசறே, காயத்ரி?"

2

யோகேந்திர ராவின் குடும்பத்தினர் "ரிட்ரீட்டை" நாசூக்காகப் பராமரிக்கிறார்கள் போலும். வீடு முன் போலவே உருக்குலையாமல் பொலிவுடன் திகழ்ந்தது. எனக்குள் சின்னதொரு நன்றியுணர்ச்சி எழும்பியது. அதே ஓசத்தியான மழமழப்பான மரவேலை செய்யப் பட்டுப் 'பளபள'வெனத் துலங்கும் ஜன்னல்கள், கதவுகள், வீட்டைக் கட்டினவரின் தாராளக் குணங்களைப் பிரதி பலிப்பதுபோல, விசாலமாகப் பரவி, உயரமாக அமைக்கப் பட்ட மேல் தளங்கள். பார்த்தாலே மனம் விரியும். அதில் வாழ்ந்தவரின் தனித்தன்மையை ஒரு வகையாக ஈர்த்துக்கொண்டு, அதற்கென்று ஒரு தனித்தீர்மானமாகச் சோபை. ஒரு அமைதி திருடிக் கொண்டு வந்தது. வழக்கம் போல ஆட்டிவைக்கும் மாலைக் காற்று. மிதந்துவந்த சில பழக்கமான வசந்த வாசனைகள் என்னை எங்கோ இட்டுக்கொண்டு சென்றன. இரவு ராணிப் பூ, சுகந்த ரோஜா, மர அரளி, ஜாஜி, மயக்கமூட்டும் கலவை. "ரிட்ரீட்டைப்" பார்த்த மட்டில், எனக்கும் பாசம் சுரந்தது, அப்படியே பிரம்மாண்டமாக விரிந்து எனது இரு கரங்களாலும் "ரிட்ரீட்டை" அரவணைத்துக்கொள்ளணும் போல் தோன்றியது.

முன் முகப்பில் அந்தப் பெரிய, நீண்ட வராந்தா, இப்போது வெறிச்சோடிக் கிடந்தது. அதில் வழவழ வென்று மெருகேறிய அகலமான தேக்குமர ஊஞ்சல் இப்போது தொங்கவில்லை.

'ஏய் காயத்ரி வேண்டாம்டி! அத்தனை வேகமாக ஆடாதே குழந்தே, கீழே விழுவாய்!' இருகைகளாலும் ஊஞ்சலைத் தாங்கிக்கொண்ட, வலுவான சங்கிலிகளைப் பிடித்துக்கொண்டு காலால் தரையை உதைத்து, மேலே

எழும்பி, இன்னும் மேலே, இன்னும் மேலே வளையமும் கொக்கியும் கிரீச்சிட்டு மறுப்புக் கூறஆடும் ஊஞ்சலின் லயம்.

"காயத்ரி! சொன்னா கேட்கமாட்டே! இரு இன்றைக்கே முனுசாமியை ஊஞ்சலை மேலே தூக்கிக் கட்டிப்போடச் சொல்றேன்!"

ஆடும் ஊஞ்சல் சட்டென்று நின்றது.

மறுபடியும் இரவில் அந்த அறுகோணமுடைய அறை. கட்டில் விளிம்பில் காலை ஆட்டும் காயத்ரியைப் பார்த்துக் கேட்டார் தாத்தா. "என்ன பேபி? பாட்டிக்கும் அம்மாவுக்கும் ரொம்பவும் கோபம் வந்துடுத்தா?"

"ஆமா தாத்தா. எனக்கும்தான் கோபம் வந்தது. பின்னே என்ன, ஊஞ்சலில் நம்ம சித்தி பாட்டி மாதிரி மெதுவா ஆடிண்டு, வெற்றிலை மென்றுகொண்டு உட்காரணுமா? ஐய்ய, அதைப் பார்த்தாலே கொட்டாவி விட்டுத் தூக்கம் வரது!" என்றாள் காயத்ரி. வாயில் வெற்றிலை மெல்லுவது போலப் பாவனை பண்ணி, கண்களை அரைத் தூக்கமாய் இடுக்கிக்கொண்டு, முதுகை மிகவும் நிதானமாய் முன்னுக்கும் பின்னுக்குமாய் ஆட்டி, சித்தி பாட்டிபோலவே நடித்துக் காட்டினாள் காயத்ரி.

"ஹஹ்ஹா! அது அகிலாண்டத்தின் ஸ்டைல்" என்று சிரித்தார் தாத்தா.

"ஆமா, மெ...து...வா, பூமி சுழலுவதுபோல! ஏன்னா பேருகூட அகிலாண்டம் இல்லே?" என்றவள், நறுக்கென்று நாக்கைக் கடித்துக்கொண்டாள்.

"என்மேல் கோபமா தாத்தா?"

"ஏன்?"

"நான் பெரியவா பெயரைச் சொன்னேன்னு?" தாத்தா அவளுடைய இரு சின்ன கைகளையும் பற்றி, "நீ சோம்பேறித் தனமாக, மெதுவாகச் சுழலும் உலகத்தைப் பத்தின்னா சொன்னே. பேபி, உனக்கு ஊஞ்சலிலே மேலே, மேலே போகணுமா, மானத்தைத் தொடும்படி?" காயத்ரி பலமாகத் தலையாட்டினாள்.

"மெள்ள, மெள்ள, தலை உருண்டு விழப்போகிறது. சரி நாளைக்கு முனுசாமியை உனக்கு ஒரு சின்ன பலகை போட்ட ஊஞ்சலைப் பின்னால் இருக்கும் சம்பங்கி மரத்தில் கட்டிவிடச் சொல்றேன். ஆனால் ஒண்ணு, ஜாக்கிரதையா ஆடுவாயா?"

"அஃப் கோர்ஸ்! காட் பிராமிஸ்!" அவர் கையின் மீது பட்டென்று அடித்து வாக்களித்தாள்.

"தட்ஸ் மை கர்ல்!"

"தேங்க்யூ தாத்தா, தேங்க்யூ!"என்று அவர் கழுத்தைக் கட்டிக்கொண்டாள். மீண்டும் அந்தப் பழக்கப்பட்டுப் போன 'பியர்ஸ்' ஸோப்பும், 'யார்ட்லே' பவுடரின் மணமும் அவளை மெத்தென்று இதமாகச் சூழ்ந்துகொண்டது.

***

இருட்டுப் படியத் தொடங்கியது. பறவைகள், பூச்சிகள் கூடுதேடி, வீடுபோகும் ஒருமித்த ஓசைகள். மைசூரில் தூக்கம் மிருதுவாக அழுத்தும். பிறகு காலையில் கணவிழித்துக் கொண்டால்தான், என்ன குளுமையான புத்துணர்ச்சி! காலை யில் ஒரு சுயேச்சையான லயத்துடன் இயங்கும் ஓசைகள். 'உஸ்!உஸ்' என்று மூச்சை இழுத்துக்கொண்டு, 'ணங்க்', 'ணங்க்' என்று மாற்றி மாற்றி உலக்கையைப் போடும் தாளம். அதைப் போடும் பெண்கள் அடித்தொண்டையில் மூச்சு இறைக்கப் பாடும் கிராமியப் பாடல்களின் அழகு, முற்றத்தில் 'சரக்' 'சரக்' கென்று முறத்தில் புடைக்கப்படும் அரிசி. மடியைக் கனத்த பாலைக் கறந்தபின் பேராயாசத்துடன்" "மம்மா ... ஆ..." என்று பெருமூச்செறியும் மாடு. தில்லியில் எங்க ஃப்ளாட்டில் ஒரு காலை?

கண்விழிக்கும் முன்னாலேயே காதில் பாயும் அந்த கர்ணக் கொடூரமான ஒலிகள் – எரிச்சலைக் கிளப்பிக் கொண்டாற்போலப் போகும் பஸ்களின் போக்குவரத்து. ஏழு மாடிக்கட்டடத்தில் குறுக்கும் நெடுக்குமாய்க் கிரீச் சிட்டுண்டு விரையும் லிஃப்டுகள், காலை பேப்பர், பால் வாங்கிக்கொள்ளத் திறக்கப்படும் கதவுகள். பக்கெட்டுகளை நிரப்ப வேண்டி திறந்துவிட்டிருந்த குழாய்களின் நாராச சப்தங்கள். நம் வீட்டில், நம் படுக்கையிலிருந்தே நம்மிடம் சம்பளம் வாங்கும் வேலைக்காரர்களால் முரட்டுத்தனமாய் எழுப்பப்படும் அவலம்! இத்தனை அபஸ்வரங்களின் நடுவே ஒரு விழிப்பு உந்தல்.

"காயத்ரி, நேரமாச்சு! உனக்கு ஆபீசுக்கு லேட்டாகும், கூடவே எனக்கும் லேட்டாகும்."

"அம்மா, என் டிபன் பாக்ஸ்?" என்று கேட்கும் அரவிந்த்.

"மாஜி, ஸோப்பு தண்ணீரிலே துணி ஊறப்போட்டாச்சா? நான் ஜல்தி போகணும்!" தில்லியில் ஒரு சராசரி சுப்ரபாதம்!

இத்தனை அசௌகரியங்களின் நடுவே உத்தியோகம். என்ன எழவு இந்த ஆபீஸ் வேலை. இதை விட்டொழித்தால் என்ன என்று அடிக்கடி தோன்றுகிறது. 'அதெப்படி முடியும்?' என்று ஒவ்வொருமுறையும் ஆட்சேபிப்பார் சங்கர்.

"மத்திய சர்க்கார் எனக்குப் போடும் இந்தப் பிச்சையில் ஒரு சம்பளத்தில் எப்படி நடத்துவோம் காயத்ரி? உதாரணமா, கடைசியில் ஒருநாள் நம் தலைக்குமேல் ஒரு கூரை வேண்டு மென்றால் அதற்காகப் பணத்திற்கு எங்கே போவோம்? ஒரு சின்ன டி.டி.ஏ* ஃப்ளாட்டிற்குக்கூட என்னமா விலை ஏறிக் கிடக்கிறது தெரியுமா?" என்பார் சங்கர்.

என்ன டி.டி.ஏ* வாழ்ந்தது? இதோ இப்ப நாம் இருக்கும் இந்த கர்ஸன் ரோட் ஃப்ளாட்டைப் போலவேதான் அதுவும் ஒன்று, ஒரு எலிப்பொறி. அதுக்காக என்ன பாடுபட வேண்டி யிருக்கு, உஸ்!"

"எலிப்பொறிதான், ஒப்புக்கொள்கிறேன். ஆனால் நாம் ரிடையர் ஆனபிறகு அதுவும் இல்லையென்றால்?" என்ற சங்கர், தொடர்ந்து சொன்னார்: "காயத்ரி, எலிப்பொறியே யானாலும், அது நமக்குச் சொந்தமானது என்றால் நிச்சயமா ஒரு வித்தியாசத்தை உணர்வோம். இந்த நிலைகொள்ளாத் தவிப்பு, நிம்மதியற்ற எரிச்சல், எல்லாமே ஓரளவாவது அடங்கும். குருவிக்கு அது தன்னுடைய கூடு என்று தெரிந்தவுடன் எப்படிக் கண்ணைமூடி ஒடுங்கிக்கொள்கிறது பார்?"

இவரால் இப்படி இவ்வளவு எளிமையாகக் கணக்கிட்டு விவாதிக்க முடியறது என்று எனக்குள் வியந்தேன்.

குருவிக்கூடோ, அல்லது எலிப்பொறியோ, அதற்குள் ஒரு சில அவசியமான சாமான்களைப் போட்டாலே இடம் அடைத்துவிடுகிறது. ஒரு சின்ன ஸோபா ஸெட், படுக்கைகள், ஒரு சாப்பாட்டு மேஜை, நாற்காலிகள், ஒரு டி.வி. குறுகலான இந்தப் பொந்திற்குள் இவையெல்லாம் இடத்தைப் பிடித்துண்டு என்னையே வெளியே தள்ளிவிட்டது மட்டுமல்லாது, கூடவே நான் பயின்ற நாட்டியத்தையும் விரட்டிவிட்டதே? இந்த நான்காம் மாடி ஃப்ளாட்டில், ஆபீஸ், வீடு, குழந்தை, பிறகு வேலை என்று இயந்திரம் போல ஒரு சராசரி இயக்கத்தில் மாட்டிக்கொண்டபின் கலைக்கு ஏது இடம்? சாமான்களையெல்லாம் ஒரு நாள் ஒதுக்கி ஆசைக்கு ஒரு பதம் ஆடலாம் என்றால் 'கீழே இருப்பவர்கள் சும்மா இருப்பார்களா? ஏய்! என்ன இடி

* டில்லி டெவலப்மென்ட் அதாரிட்டி

மாதிரி ஆட்டம் போடறே என்று சண்டைக்கு வரலாம். சட்! வாழ்க்கையில் என்ன சிறப்பற்ற ஒரு சாதாரணத்தன்மை நுழைந்துவிட்டது . . .

"அதிலிருந்தும் ஒரு உயிர்ச்சாறு கிடைக்கலாம் காயத்ரி!"

இப்படி எனக்கு அடிக்கடி உற்சாகமூட்டிச் சமாதானப் படுத்துவாள் ரமா. அது தனக்கே சொல்லிக் கொள்ளும் சமாதானம் போலவும் தோன்றும். பாவம் ரமா! அவளுக்குக் கல்லூரி ஆசிரியர் வேலை, பிறகு அவளுடைய இலக்கிய எழுத்து, வீடு, சிடுசிடுவென்ற கணவன் துரைசாமி, குழந்தைகள் . . . என்று எத்தனை அழுத்தங்கள். இருந்தாலும், அவள் கை பேனாவைப் பிடித்தால் அதில் அவள் புத்திக் கூர்மையும், நளினமான திருஷ்டியும் தெளிந்து வரும். என்னைப் போலவே ரமாவும் அடிக்கடி தான் கிரகித்த மார்க்ஸியத்தை எங்கள் நிகழ்கால நிலைமையை விளக்கப் பயன்படுத்துவாள். சதா விலைவாசிகளுடன் போராடும் மத்திய வர்க்கத்தினருக்கு, தன் சுய சம்பாத்தியத்திலே சாப்பிட்டு வாழும் சுயேச்சையான மத்திய வர்க்கத்தினரின் வாழ்க்கையில் 'கலை' என்ற பிரபு வர்க்க அலங்காரத்திற்கு இடம் ஏது என்று ஆவேசமாய் வாதாடுவாள்.

> "நீ நாட்டியத்தை மூட்டை கட்டி வைத்தது போல நானும் எழுதுற பேனாவைத் தூக்கி எறிந்துவிட்டேன், காயத்ரி!"

என்பாள் ரமா. அந்த வினாடியே எனக்குள் ஒரு வெறி பிறந்து என்னை ஆட்டிப் படைக்கும். 'ரமா, உனக்குள் வாழத் துடிக்கும் ஒரு எழுத்தாளரை நான் என்றும் சாக விடமாட்டேன். உனக்குள் இருக்கும் இந்த எழுத்தாளர் செத்தால் நானும் ஏதோ ஒரு வகையில் பட்டுப்போன மரமா போயிடுவேன்' என்று மனம் கூவும். புலப்படாத ஒரு சூனியம் அச்சுறுத்தும். அது ரமாவையும் விழுங்கிய பிறகு என்னையும் விழுங்கி ஏப்பம் விட்டுடுமோ என்று அடித்துக் கொள்ளும். ரமா தன்னுடைய இலக்கிய எழுத்தில் தடுமாறினால், கூடவே நானும் சோர்ந்து தடுமாறிக் கீழே விழுந்து மூக்கை உடைத்துக் கொள்வேன் என்ற ஒரு பயம் அவளுடைய விதியுடன் என்னையும் மர்மமாகப் பிணைத்தது.

நன்றாக விளையாடிய அலுப்பில் அரவிந்த் அயர்ந்து தூங்கினான். அவன் மீது ஒரு மெல்லிய போர்வையைப் போர்த்திவிட்டு நான் எங்கள் அறையில் படுத்துக்கொண்டேன். உடனே கை, கால்களில் சோர்வு திரட்டியடித்துக்கொண்டு என்னைத் தாக்கியது. என் தலைமயிரை சங்கர் விரல்களால்

அளைந்தார். 'காயத்ரி' என்று இருட்டில் காதில் கிசுகிசுத்தார். கைகள் மேலும், கீழுமாக அலைபாய்ந்தன. உள்ளுக்குள் ஆயிர மாயிரம் ரத்தக் குழாய்கள் குபீரென வெடித்து விறுவிறுப்பைப் பாய்ச்சின. சங்கரின் முகமே மாறிப்போய்க் கண் இமைகள், உதடுகள் இளகிக் கரைந்தன. திரும்பத் திரும்ப என் காதில் ரகசியம் சொல்வதுபோலக் 'காயத்ரி, காயத்ரி' என்றார் தாழ்ந்த குரலில்.

"சொல்லுங்கோ சங்கர்" என்று அவர் தலையை வலது கையால் அணைத்தபடியே காத்திருந்தேன் பதிலுக்கு.

"உன்னுடன் இந்த மாதிரி இருந்தால் எனக்கு எப்படி இருக்கு தெரியுமா?"

"உம்?"

"நடுக்கடலில் புயலுடன் போராடிய கப்பலுக்கு நங்கூரம் பாய்ச்சக் கிடைத்த மண்போல... அலைந்து திரிந்த யாத்திரிகன் கடைசியில் ஒரு குளுமையான ஆசிரமத்தை அடைந்தாற் போல... பட்டுப்போல இந்தச் சருமம், இந்த அருமையான உடம்பு... இதில் எனக்கு வீடு வந்து சேர்ந்தாற்போல இருக்கு காயத்திரி. இதற்குமேல் எனக்கென்ன வேண்டும்?" என்று இருட்டில் அடித்தொண்டையில் நெகிழ்ந்தார் சங்கர்.

வீடு என்ற ஒரு எட்டாப் பொருளைத் தேடும் நானே ஒரு வீடா? இதுமான ஒரு குழப்பத்துடன் தாங்க முடியாத சோர்வு என் கண் இமைகளை அழுத்தியது. மூடின கண்களுக்குள் மையிருட்டு. உடம்பின் பளு குறைந்தது. கட்டிலுக் கும் மெத்தைக்கும் கீழே எங்கோ நழுவிப்போய், அந்தரத்தி லிருந்து கீழே விழுவதுபோல உணர்ந்தேன். மெத்தென்ற மென்மையான வெக்கப்புல். சின்னச் சின்ன பஞ்சு உருண்டைகள், நூல் இழைகள். அங்கே, இங்கே பறந்து சென்று திருடிய சொத்துக்கள். என் அலகு இதையெல்லாம் சீர்ப் படுத்திய பின், என் இறகுகளை மடித்துக்கொண்டு, அலகைப் புல்லில் புதைத்துச் சாய்த்தேன். இந்த வெதுவெதுப்பில் பக்கத்தில் கூட்டாளிக் குருவி சங்கர். என் மார்பின் கதகதப்பில் உலகை மறந்து தூங்கும் குட்டிக் குருவி அரவிந்த். சுற்றிலும் மிருதுவான காய்ந்த புல்.

3

"எழுத்தெல்லாம் எப்படி ரமா?" என்றேன்.

"என்னது, எழுத்தா? எழுதச் சமயம்தான் கிடைக்கவில்லையென்றால், நிம்மதியாய் உட்கார்ந்து இரண்டு வரி எழுத எனக்கென்று ஒரு தனி மேஜை போட்டுக்கக் கூட இடமில்லை. இருக்கும் ஒரு மேஜை துரையின் தேவைகளுக்கே சரியாய்ப் போய்விடுகிறது. எனக்கென்று சிந்திப்பதற்கு ஒரு தனி அறைதான் இல்லையென்றால், தனியாக ஒரு ஓரம்? அதுகூட இல்லை, சே! என்ன நெருக்கடி!"

ரமாவின் வார்த்தைகள் அடிபட்ட பாம்பின் சீறலுடன் வெளி வந்தன. இரவு மணி ஒன்பதரை. அடுத்தநாள் சனிக்கிழமைதானே என்று ரமாவின் கணவர் துரைசாமியும் சங்கரும் வெளியே நாற்காலிகளில் உட்கார்ந்து சாவகாசமாய்ப் பேசிக்கொண்டிருந்தார்கள். ரமாவின் கைக்குழந்தை சித்ரா தூங்கியாயிற்று. அவள் முதல் குழந்தை விக்ரம் எங்களுடன் சாப்பிட்டு, அடுத்த அறையில் அரவிந்துடன் விளையாடிக்கொண் டிருந்தான்.

"அதுசரி," என்றேன். "இப்ப என் கதையும் அப்படித் தான். ஏனோதானோவென்று அமாவாசைக்கு ஒரு முறை டான்ஸ் சாதகம் பண்ணி, இந்தக் கலை கேவலம் ஒரு உடற்பயிற்சியாகத் தேய்ந்து போய்விட்டது" என்றேன்.

சமாதானமாக "உன் நாட்டியம் 'உடற்பயிற்சிக்காக'ச் சுருங்கிப் போனால், என் எழுத்து வெறும் ஒரு 'ஹாபி' என்ற பெயரைச் சம்பாதித்துக்கொள்ளப் போகிறது. ச்சு! நம்மைக் கருத்தாழமற்றவர்கள் என்று அசட்டை

ஆத்துக்குப் போகணும்

செய்து, ஒதுக்கப் போகிறார்கள்" என்றாள் ரமா, திவானில் காலை நீட்டி, சுவரில் சாய்ந்துகொண்டவாறே, தொடர்ந்து;

"கடைசியில் உனக்கு டான்ஸால் கிடைத்ததெல்லாம் இந்தக் கட்டுவிடாத உடலமைப்பு. எனக்கு?" என்று ஏளனமாய்ப் புன்னகைத்தாள்.

"ஒரு பளிங்கு போன்ற தெளிவு, தடங்கலில்லாத சொல் திறன்" என்று பதிலுக்குச் சிரித்தேன். கலகலவென்று சிரித்தாள் ரமா. பிறகு சட்டென்று அவள் முகபாவம் மாறியது:

"ஆனால் இதில் யாரைக் குற்றம் சொல்ல முடியும்? நாமே நம் முயற்சியில் தீவிரமாக ஈடுபடாமல் இருக்கும்போது, நம்மைப் பிறர் வெதுவெதுப்பாக மதிப்பதிலும் ஒரு நியாயம் இருக்கே?" திவானின் முன்னுக்கு வந்து, அதன் விளிம்பில் உட்கார்ந்து, இத்தனைநேரம் மடிமீதிருந்த 'குஷனை' அப்பால் வைத்தாள்.

"ரமா இது வெறும் சமயம் பற்றாது போன பிரச்சினையா?" என்றேன்.

"அதுதான் எப்படி நேர்ந்தது?" என்றவள், தொடர்ந்து "பற்றாத பணப் பிரச்சினையாலும் தானே? இப்போது ஒரு ஆம்பிள்ளையின் சம்பாத்தியத்தில் சக்கரம் ஓட்ட முடியவில்லையே? தலைசுற்றும் விலைவாசி, மத்தியவர்க்கத்தில் இருக்கும் நம்மைப் போன்ற பெண்களை வீட்டைவிட்டு வெளியே விரட்டிவிட்டது. வெளியே உத்தியோகத்தில் நன்னா வசமா மாட்டிக்கொண்டோம்" என்றாள். அவள் உடல் பரபரத்தது. எழுந்து வேறு ஒரு ஸோபாவில் உட்கார்ந்தாள். ரமாவிற்கு அமைதி குலைந்தால் இப்படித்தான் இடம் மாற்றி இடம் தேடுவாள். ஏதோ அந்தப் புதிய ஸோபாவோ நாற்காலியோ அவளை ஸ்திரப்படுத்தும் என்று எதிர்பார்ப்பது போலக் கைகளைச் சொடுக்கி மீண்டும் தொடர்ந்தாள்.

"வர, வர காலேஜிலே என்ன கழுத்துவரை வேலை குவியறது தெரியுமோ? நிர்வாகத்தின் எங்க ஸோஷியாலஜி பிரிவில் ஒரு பிடிப்பற்ற திட்டம். போதிய அளவு ஆசிரியர்களை ரிக்ரூட் பண்ணாமல் கைகுறைவதால் கூடுதலாக வகுப்புகள், ஆராய்ச்சிப் பொறுப்புகள் . . . எல்லாம் செய்து திரும்பினாலும் வீட்டு வேலைகளிலிருந்து விமோசனம் இல்லை, ச்சு!" என்றாள்.

"ஆமாம். அதான் வலுக்கட்டாயமாக ஒரு சாதாரணத் தன்மை நம் அனுமதியின்றிப் புகுந்துகொள்கிறது, நம் வாழ்க்கையில், கூடவே மங்கிக் கொண்டே போகும் கலையிலும்" என்றேன்.

'கடைசியில் கார்ல் மார்க்ஸ் நம்மைப் போன்ற மத்திய வர்க்க இந்தியர்களுக்கு அளித்த அருள்தான் என்ன?" என்ற ரமா, திடீரென்று எழுந்து நின்றுகொண்டு, என் பதிலுக்குக் காத்திராமல் தொடர்ந்தாள்.

"என்ன தெரியுமா? நம் பொருளாதார வரையறைகள், கோட்பாடுகளுக்குள் பரிதாபமாக இறகடித்துக்கொள்ளும் சிந்தனையின் சுதந்திரம், அந்த இயலாமையை முழுமையாக ஒரு புது வலியுடன் புரிந்துகொள்ள ஒரு வேதனை தரும் சுயஞானம், அவ்வளவுதான்!" என்றாள் நறுக்கென்று. ரமா விற்குச் சொல்லித் தரணுமா? ஸோஷியாலஜி துறையில் பொருளியலைப் பிணைத்துக் கூடவே வர்க்கப் போராட்டங் களைச் சரித்திரக் கோணலுடன் கொண்டுவரும் அவளுடைய அலாதியான நுழைபுலன். என்னதான் அகௌண்டன்ஸியில் தேர்ச்சி பெற்று 'டன்லப்' கம்பெனியின் வர்த்தக சம்பந்தமான பொறுப்புகளில் ஈடுபட்டிருந்தாலும், எனக்கு இந்தத் தெளிவு கிடையாது. அடுத்து என்ன சொல்லப் போகிறாள் என்று காத்திருந்தேன்.

"மிஞ்சிய சுயஞானத்தில், வெறும் அறிவளவில் நாம் புரிந்துகொள்ளும் சில உண்மைகள். இந்த வர்க்கம், இதற்குள் நம் பரிமாணங்களைச் சிறுகச் சிறுக, சிறுமைப்படுத்தி வலியுறுத் தும் 'சாதாரணத்தன்மை', கடைசியில் பிழைத்து எழுந்தால் போதும் என்ற அடிப்படையான பாதுகாப்பு உணர்வுகளைத் தூண்டும் சூழ்நிலைகள் – உத்தியோகத்தில், சமூகத்தில், வீட்டில். இவை எல்லாவற்றிலும் நம்மைக் குறுக்கிக்கொண்டு நாம் அடங்க வேண்டும்" என்றாள்.

வீடு, நம்மைக் கொள்ளும் கலம். கொள்கலம். அது வீடேயானாலும், நம்மைக் கட்டிப்போடும் உடம்பேயானாலும், நம் மன அலைகளுடைய அதிர்வுகளைப் பதிவுசெய்யும் சமயத்தின் கணிப்பைப் பிய்த்துக்கொண்டு விடுதலை தேடி வெளிவரப் பார்க்கிறோம். அதில் பாதி தோல்வியடைந்து நம் உடம்பிற்குள் நாமே ஏமாற்றமடைந்த குத்தகைக்காரர் போல வேண்டாவெறுப்பாக அரைமனதுடன் வாழ்கிறோம்.

எதிலிருந்து விடுதலை? நம்மிடமிருந்தே. நம்மைக் கட்டிப் போடும் இந்தச் 'சாதாரணத்' தன்மையிடமிருந்து. நம் உடம் பான இந்தக் கூட்டைவிட, வீட்டைவிட, ஏன் நம் விதியை விடப் பெரியதாக வேண்டும். உடம்பிலிருந்து உதைத்துக் கொண்டு திமிறி வெளியே வரவேண்டும், ராஜகோபாலன் மாதிரி.

அறையில் மௌனம் அழுத்தியது. திவானில் வந்து உட்கார்ந்த ரமாவின் பக்கத்தில் நான் போய் உட்கார்ந்தேன்.

மறுபடியும் எனக்குள் அந்த வெறி தலைகாட்டியது. இந்தப் புத்திசாலியான பெண்ணிற்குள் ஒளிந்திருக்கும் ஒரு எழுத் தாளரைச் சாகடிக்காமல் காப்பாற்ற வேண்டும். இவள் செத்தால் ஏதோ விளங்காத விதத்தில் கூடவே நானும் செத்து மடிவேன் என்று உள்ளிருந்து ஒரு குரல் கூவியது. அவள் தோளைப் பற்றி; "ரமா, நாம்ப கொஞ்சம் வலிக்க, வலிக்கத்தான் பெரி தாக வேண்டும்" என்றேன்.

"அப்படீன்னா?"

"இந்தக் கூட்டையும் வீட்டையும் மீறித் தைரியமாய் வளர்ந்து, திமிரணும்" என்றேன். கொஞ்ச நேரம் சிந்தித்தபடி உட்கார்ந்தவள் கீழ்த் தொண்டையில் சொன்னாள்.

"ஆமாம். அப்படியும் இருக்காரே ஒருவர், நம் இருவருக்கும் தெரிந்தவர், நண்பரானவர் ராஜகோபாலன்!" என்று நிமிர்ந்து பார்த்துச் சிரித்தாள். ஆனால் அவள் பார்வை யில் இப்போது ஒரு ஜாக்கிரதையுணர்வு தேங்கியிருந்தது. அதில் ரமாவும் நானும் எப்பொழுதும் ரகசியமாய்ப் பகிர்ந்து கொண்ட ஒரு விஷயத்தை அடையாளம் கொண்டேன். ராஜகோபாலனைப் பற்றி நாங்கள் இருவரும் வியந்து, எத்தனையோ முறை மெச்சிப் பாராட்டி, குழம்பிய பிறகு ஓய்ந்திருக்கோம். அதற்கும் பிறகு ஒரு சமநிலை வந்து, பரஸ் பரமாக அந்த விஷயத்தைப் பற்றி முடிவெடுத்தோம். பாராட்டுக்குரிய ஒரு மனிதரின் பேரில் எத்தனையோ மரியாதை பெருக்கெடுத்து நம்மைத் திணறடித்தாலும் இந்தக் குருட்டுக் 'குரு பக்தியின்' பாதையில் மட்டும் இறங்கக் கூடாது என்று ஒரு ஒப்பந்தம். அந்தப் பாதை மிகவும் எளி தானது, ஆனால் கடைசியில் அது நம் சுய புத்தியை மழுங்கடித்து நம் தனி உறுப்புகளை, ஏன் முகக் கூறுகளையே அழித்துத் தள்ளும். பிறகு நம்மேல் நாமே சுயமரியாதையை இழந்துவிடுவோம் . . .

"தட்ஸ் இட் காயத்ரி! நீ சொல்வது சரிதான்," என்றாள் ரமா. "ஆனால் வளர வேண்டுமென்ற இந்தப் பொது முயற்சி யும் பெண்களுக்கு இன்னும் கடுமையாகவே அமைந்துவிடுகிறது. காரணம், அவளைத் துரத்தியடிக்கும் அந்த வேலை ஆபீஸிலும் சரி, வீட்டிலும் சரி. சொல்லப்போனால் அந்த 'வீடு' என்பதே அவள் அமைத்தால்தான் உண்டு. அது தானாகவே தயாராக அவள் மடியில் பொத்தென்று ஒருபோதும் விழப்போவ தில்லை. அப்படியே அவள் தன்னைச் சுற்றி ஒரு வீட்டை அமைத்தாலும், கடைசியில் அது அவள் சௌகரியங்களுக்காக இல்லாமல், வீட்டின் ஆணிற்கு, குழந்தைகளுக்குத்தான் ஓய்வெடுக்க இடம் தருகிறது. சமூக அமைப்பே அப்படி!"

என்றாள். திரும்பவும் இடம் மாறி, ரமா அந்தத் திவானை விட்டு, இன்னொரு நாற்காலியில் உட்கார்ந்துகொண்டாள். அதில் இருக்கும் குஷனைத் தட்டி, சரிப்படுத்தினாள். பிறகு,

"காயத்ரி, உனக்குத் தெரியுமோ?" என்றவள், தொடர்ந்து: "கடந்த பத்துப் பதினைந்து ஆண்டுகளாக இதுதான் முக்கிய மாகக் குறிப்பிடும் அம்சமாகச் சமுதாயவியல் ஆராய்ச்சியில் எழும்பி வருகிறது. இந்தியப் பெண்களைப் பற்றி – அதாவது கிராமிய மற்றும் நகரவாசிகள் உட்பட இந்த அதிசயமூட்டும் Female work force என்பது. இதில் கடும் உழைப்பை அய ராமல் கைக்கொள்ளும் ஆப்பிரிக்கப் பெண்களையும் சேர்த்துக் கொள்ளலாம். கடைசியில் நாம்ப எல்லோரும் பெண்ணுடல் என்ற உணர்வையே வலியப் பின்னுக்குத் தள்ளி, அதை மறந்து, நைந்துபோன நூலாய்க் கிடக்கிறோம்" என்றாள் மிகுந்த ஆயாசத்துடன். 'ரமா எத்தனை சோர்ந்து போய்விட்டாள்!' என்று நான் மனத்திற்குள் நினைத்துக்கொண்டதை உடனே பொய்யாக்கும்படி மீண்டும் சுறுசுறுப்பாக இயங்கினாள்.

"காயத்ரி, இங்கே 'வர்க்கம்' என்பது சமூகச் சூழ்நிலை களுடன் சேர்ந்து செய்யும் சூழ்ச்சிகள், பெரும்பாலும் பெண் களைத்தான் அதிகமாகப் பாதிக்கிறது. வீட்டு வேலைகளின் பொறுப்புகள் அவளைக் கனமாக அமிழ்த்துகின்றன. இந்தப் போராட்டத்தில் சுலபமாகத் தோல்வியுற்ற சில பெண்கள், தங்கள் வீடுதான் முந்துரிமை பெற்றதாகவும் அதற்குப் பிறகு தான் உத்தியோகம், வேலை உயர்வு, அது இதுன்னு சொல்லி மழுப்பி, சமூகத்தின் சம்பிரதாயக் கைதட்டலைச் சம்பாதித்துக் கொள்கிறார்கள்" என்று ஏளனமாய்ச் சிரித்தாள். "ஆஹா, இவளல்லவா பாரதப் பெண்!" என்று இரண்டு கைகளைச் சேர்த்துத் தட்டினாள்.

"பின்னே வேறு வழியென்ன ரமா?" என்றேன். "நன்னா யிருக்கு" என்று வெடித்தாள். ஓகோ, இவளுடைய மூளை மறுபடியும் அதிவேகத்தில் இயங்கப் போகிறது. சரி பொழி யட்டும் என்று காத்திருந்தேன்.

"பெண்கள் என்றால் ஒரு நன்னெறி வேண்டாம்? எத்தனை கஷ்டமானாலும், நமக்குச் சம்பளம்தரும் அலுவலகத்தைச் சதா சலித்துக்கொண்டு பழிக்காமல், உத்தியோகத்திலும் ஒரு விசுவாசத்துடன் வேலை செய்ய வேண்டும். இதில் மத்திய வர்க்கத்தினர்களைவிடக் கீழ்வர்க்கத் தொழிலாளி களுக்கே தங்கள் காரியாலயத்தைப் பற்றி நிறைய விசுவாச மிருக்கு என்று சொல்லலாம்" என்று அவளுக்கே பிரத்தியேக மான நேர்மையுடன் வாதாடினாள் ரமா.

அவள் எதையாவது ஆழமாகச் சோதிக்கத் தொடங்கினால் அது நீண்டுகொண்டே, எல்லைகளைப் பெயர்த்துக் கொண்டே, இறுதியில் அதலபாதாளத்தில் கொண்டு விடும். ஆனால் அவள் வாதங்களின் திடமான நம்பிக்கையும் நேர்மையும் நிலைகுலைய வைக்கும்.

"தீப்பெட்டி எங்கே?"

இருவரும் திரும்பிப் பார்த்தோம்.

துரைசாமி. "சங்கரும் நானும் 'தம்' அடிக்கலாம் என்றால் தீப்பெட்டியைக் காணோம். ஒரு நாழியா தேடறேன், நீ என்னமோ தர்க்கம் செய்துகொண்டு இருக்கே."

"இந்த அலமாரியில் வைத்திருந்தேன். விக்ரம் எடுத்தானோ என்னமோ?" என்றாள் ரமா. திவானிலிருந்து எழுந்து,

"கிடைத்தானே ஒருத்தன் விக்ரம். எல்லாக் குற்றத்திற்கும் அவனை மாட்டி வெச்சால் போச்சு!" என்று முறைத்தான் துரைசாமி.

"இதோ இருக்கே" என்று எழுந்து, அலமாரியின் பரண் மீது இருந்த தீப்பெட்டியைக் கொடுத்தாள் ரமா. அதை வாங்கிக் கொண்டு 'விர்' ரென்று வெளியே போனார் துரைசாமி.

வாழ்க்கை இப்படி வெதுவெதுப்பாகப் போகிறதே என்று தீவிரமாக ஆராய்ந்து, அதில் எங்களுடைய உஷ்ணமான மூச்சுப் பட்டு விஷயம் சூடேறத் தொடங்கி, பிறகு கொதித்துப் பொங்கிவரும் நிலையில், அதில் மனைவாழ்வு என்பது எப்படிப் பச்சைத் தண்ணீரைத் தெளித்துப் பொசுக்கென்று அணைத்து விடுகிறது!

ரமாவின் விருந்திற்கு நன்றி தெரிவித்து விடைபெற்றுக் கொண்டோம். தீவைக்கும் கேள்விகளை மௌனம் ஊமையாக விழுங்கிக் கொண்டது. மௌனம் வீங்கிக்கொண்டே போயிற்று.

ரமாவின் வீட்டிலிருந்து கர்ஸன்ரோட் ஃப்ளாட்டிற்கு வருவதற்குள் மணி பத்தரையாயிற்று. படுத்த உடனேயே சங்கர் நிம்மதியாய்த் தூங்கிப் போய்விட்டார். நான் விழித்தவாறே படுத்திருந்தேன். ரமாவுடன் முடங்கிக்கிடந்த எண்ணங்களைத் தெளிவாகும்படி அலசிச் சர்ச்சை செய்தது மன ஆரோக்கியத்திற்கு மிக அவசியமாகப்பட்டது. அதனால் சில கசப்பான உண்மைகள் எழும்பினாலும், அது தேவையான மருந்து.

விழித்தவாறே இந்த நான்காம் மாடி ஃப்ளாட்டில் படுத்திருப்பது ஏதோ அசௌகரியமான ஒரு பெரிய மேஜையின் மீது படுத்திருப்பது போல இருந்தது. இதுவே இப்படியென்றால், இதற்கும் மேல் ஏழாவது மாடி சோப்ராவின் ஃப்ளாட்? பாவம், அவளுக்கு, ரஜனிக்கு, எப்படியொரு எதிர்பாராத முரட்டுத்தனமான துர்மரணம்! ஏழாம் மாடி பால்கனியிலிருந்து கீழே குதித்து, எலும்புகள் நொறுங்க, ரத்தம் சிதறச் செத்தாளே, என்ன அவலமான முடிவு! மறுநாள் முகத்தைத் தொங்கப் போட்டுக் கொண்டு, தப்புப் பண்ணின ஸ்கூல் பையன் மாதிரி திருதிருவென அசடுவழிய விழித்தான் அவள் கணவன் சோப்ரா. அவளுடைய இரண்டு வயதுக் குழந்தை ஸ்வீட்டி 'மா!மா!' என்று அம்மாவைத் தேடியது. அலமாரியைத் திறந்து தேடியது; கதவு இடுக்கில் அம்மாவைத் தேடியது. ரஜனியின் தற்கொலைக்குப் பிறகு ஏதேதோ வம்பு வதந்திகள் மிதந்தன. அவர்கள் வீட்டோட இருக்கும் ரஜனியின் கல்யாணமாகாத தங்கை கிரனுடன் சோப்ராவிற்குத் தொடர்பாம். சொந்த அக்காவிற்கே துரோகம் பண்ணும் கிரனையும், நாகரிகமில்லாமல் வெளிப்படையாகவே சல்லாபிக்கும் சோப்ராவையும் பார்க்கச் சகிக்க முடியாமல் இந்த முடிவெடுத்தாளாம் ரஜனி.

அந்தத் தலைசுற்றும் ஏழாம் மாடி பால்கனியும், ஃப்ளாட்டும், ரஜனியின் சொந்த வாழ்க்கை வேதனையைப் பிரம்மாண்டமாக மிகைப்படுத்தித் துணைப்பணி செய்திருக்கக் கூடும் என்ற சந்தேகம் என்னை வெகுநாட்கள் குடைந்தெடுத்தது. ஏழாம் தளத்தின் உயரத்திலிருந்து கீழே வண்டுபோல ஊர்ந்து செல்லும் பஸ்களும் கார்களும் பொம்மை வீடுகள் போன்ற கட்டடங்களும், சின்ன, சதுரமான பச்சைநிறக் கைக்குட்டைப் புல்வெளிகளும், மனத்தில் பதியும் எந்தவிதமான ஊமைவலியையும், புலப்படாத வகையில் பூதாகரமாய் அதிகப்படுத்தும். கீழே மிகச்சிறிய உருவங்களாய்ச் சுருங்கித் தெரியும் இந்த வாழ்க்கைக்கும் நமக்கும் ஒரு சம்பந்தமுமில்லை என்ற கணிப்புடன் தலைகுப்புற விழுந்தாளோ ரஜனி?

இது நடந்து எட்டு மாதங்களாயிற்றே! இப்பொழுது எதற்கு ரஜனியைப் பற்றி நினைத்துக்கொண்டேன்?

4

கைக்கடிகாரத்தைப் பார்த்தேன். ஆபீஸிற்குக் காலையில் வந்ததிலிருந்து தலையைத் தூக்க முடியாமல் வேலை. மைசூரில் இருக்கும் அம்மாவிடமிருந்து வந்த இந்த விவரமாக எழுதப்பட்ட கடிதத்தை, இன்னும் கவனமாகப் படிக்கக்கூடச் சமயம் கிடைக்கவில்லை.

“மேம்ஸாப், லஞ்சிலே என்ன ஆர்டர் செய்யறீங்க?”

“ஒன்றும் வேண்டாம், மான்ஸிங்க். நானே கொண்டு வந்திருக்கேன்.”

“அச்சா மேம்ஸாப்.”

நாற்காலியின் பின் சாய்ந்தவாறு கடிதத்தை மீண்டும் பிரித்தேன்.

“அன்புள்ள காயத்ரிக்கு,

மீனாட்சி அனேக ஆசிகள். அங்கு நீ, மாப்பிள்ளை, அரவிந்த் நலம் என்று அறிய ஆவல். இங்கு உன் அப்பாவும் நானும் வழக்கம் போல இருக்கிறோம்.

போன மாதம் உன்னிடமிருந்து வந்த கடிதத்திலிருந்து நீ ரொம்பவும் கோபமாக இருக்கிறாய் என்று தெரிய வந்தது. ஆனால் ஒரு விஷயத்தை நாம் எல்லோரும் ஏற்றுக்கொள்ள வேண்டியதுதான். அதுதான் ‘சொத்தென்றால் பையனுக்குச் சேர்ந்தது’ என்று எப்பொழுதும் பிடிவாதமாக வாதாடி வரும் நம் சமூகத்தின் கட்டளைக்கு அடிபணிந்து, எல்லோரையும் போல எங்கப்பாவும் எழுதி வச்சுட்டுப்போன உயில். இது அசைக்க முடியாத, மாற்ற முடியாத ஒரு உண்மை என்று நாங்கள் ஏன், எங்க வக்கீலே ஒப்புக்கொண்டார். இதை இப்போது வக்கீலின் துணையுடன் எல்லாக் கோணங்களிலிருந்து

ஆராய்ந்தாலும், அது வெறும் அறிவளவில் மேற்கொண்ட சவப் பரிசோதனை போலத்தான் ஆகும். அது உன்னைச் சமாதானப்படுத்தாது என்று எனக்கு நன்றாகத் தெரியும். இருந்தாலும் கேட்டுக்கொள்.

1956 இந்திய அரசியல் அமைப்பின் சட்டத் துறை 'ஸெக்ஷன் *16*, ஹிந்து ஸக்ஸெசன் ஆக்ட்' *(Hindu Succession Act)* ஒரு பெண்ணிற்கும், பெண் வயிற்றுப் பெண்ணிற்கும் வீட்டுச் சொத்தில் பங்கு உண்டு என்பது என்னைப் போன்றவர்களுக்கு வெறும் ஒரு காகிதத்தில் இருக்கும் உதட்டு உபசாரமாய்ப் போய் விட்டது. "மிதாக்ஷசரா" *(Mithakshara)*, மற்றும் "தயாபாக" *(Dayabhaga)* என்று பழங்காலத்தில் தொடங்கிய இரண்டு வேறுபட்ட கருத்துகள் இன்றுவரை நம் இந்தியச் சட்டத் துறையில் நீடித்து வருகிறது. இந்த செக்ஷன் *16* – ஐ யார் சட்டை செய்கிறார்கள்? அதில் உன் தாத்தாவின் உயில் முதல் பிரிவைச் சேர்ந்தது. கல்யாணத்தின்போது "ஸ்த்ரீதனம்" (அதாவது நகை, நட்டு, பாத்திரம், சில்லறைப் பணம், கல்யாணச் செலவு இத்தியாதி) கொடுக்கப்பட்டதால் அவளுக்கு இனிக் குடும்பச் சொத்தில் சகோதரன் போலச் சம உரிமையில்லை என்ற கருத்து.

"நீ என்னை 'முதுகெலும்பில்லாமல் எல்லா அநியாயங்களையும் ஏற்றுக்கொள்கிறாயே?' என்று கோவிச்சுப்பாய் என்றுதான் நான் முயற்சிசெய்து பார்த்தேன். 'ஆல் இந்திய விமென்ஸ் கான்ஃப்ரன்ஸ் (ஏ.ஐ. டபிள்யூ. ஸி) தலைவியான டாக்டர் கீதா பாயைச் சந்திச்சு, அவள் சிபாரிசு செய்த பெண் வக்கீலைப் (பெண்கள் உரிமை சம்பந்தப்பட்ட நிறைய கேஸுகளைப் போராடிய ஒரு பெரிய புள்ளி) பார்த்தேன். ஏ.ஐ. டபிள்யூ. ஸி. நிறுவனத்தின் கீழே *1940*இலேயே ஒரு "இந்து லா ரிஃபார்ம்" *(Hindu Law Refrom)* கொண்டு வருவதற்காக நிறைய பாடுபட்டதாகச் சொன்னாள். அவளும் இந்த நிலைமைக்கு இரண்டு வழிகள்தான் உண்டு என்றாள். ஒன்று, உன் பாட்டியின்மீது வழக்குத் தொடங்கி, சண்டைக்கு நின்று, குடும்பத்தில் அசிங்கமான களேபரம் நிகழ்வது. அது என்னால் செய்ய முடியாத காரியம்!

இன்னொன்று, பேசாம இந்த அநியாயத்தைப் பல்லைக் கடித்துக்கொண்டு பொறுத்துக்கொள்வது. இதுவே எனது உத்தேசம். எனக்கு ரொம்ப அலுப்புத் தட்டிப் போச்சு. சும்மா மனக்கசப்பையும் வெறுப்பையும் சம்பாதித்துக்கொள்ளப் பிடிக்கவில்லை. இந்த விவகாரத்தையே வேறு யாரோ ஒருத்திக்கு நடந்த அநியாயம் போல் அசிரத்தையாகப் பார்க்கத் தோன்றுகிறது. பாலு, உன் மாமி வனஜாவுடன் "ரிட்ரீட்டில்" குடிபுகுந்து

வாழட்டும். எனக்குக் கிடைத்த கறுப்பு மர பீரோக்கள், சந்தன மர மூர்த்திகள், தந்த மூர்த்திகள், நீ சதா காலை மிதித்து ஆடிய தேக்குமர ஊஞ்சல் பலகை, இது போதும் எனக்கு, என் அப்பாவை நினைவூட்ட. இவைகளை அவருடைய ஆசீர்வாதமாய் வைத்துக்கொள்வேன்."

"காயத்ரி?"

"ஓ, வாங்க சுரேஷ், உட்காருங்க."

"மெஸ்ஸர்ஸ் மேஹ்றதாவிடமிருந்து வந்த டெண்டரை நீங்கதானே ரெகார்ட் செய்து வைத்திருக்கீங்க?"

கடிதத்தை மடித்துவைத்தேன். அந்த டெண்டர் பெரிய பிரச்சினையாக இல்லாதபோதிலும், அதைப் பற்றி நிறைய விஷயங்களை அலச வேண்டியிருந்தது. அதற்கும் பிறகு, வழக்கம் போலத் திடீரென்று பிற்பகலில் மீட்டிங்கில் ஆஜராகும்படி அழைப்புவந்து என்னை நாற்காலியை விட்டு எழுப்பியது. மீட்டிங்கில் சில நாசூக்கான சண்டைகள், சில 'பெர்ஸனாலிடி' மோதல்கள். அது முடிந்து திரும்ப என் இருக்கைக்கு வந்தவுடன் அந்த நினைவு மறுபடியும் என்னைக் கவ்விக்கொண்டது.

"ரிட்ரீட்" என்ற செங்கல்லும், சிமெண்டும், வழவழப்பான மரவேலைப்பாடும், பசுமையான தோட்டமுமாகத் துலங்கிய திடப்பொருள் கனவுபோல மறைந்துவிட்டது! அதற்கு இப்போது வாரிசாகப் பாலு மாமா, வெளிப் பார்வைக்கு ஒரு ஏமாற்ற மூட்டும் நகைச்சுவையைப் போர்த்திக் கொண்டு, அதற்குள் தந்திரப் புத்தியும், சூழ்ச்சியுமாக இருக்கும் ஒரு உரிமையாளர். அவருடைய பணத்தை உறிஞ்சும் மனைவி வனஜா, அவர்கள் இருவரின் கட்டைத்தடி போன்ற உணர்ச்சியற்ற பிள்ளைகள். "ரிட்ரீட்டின்" அழகை, தாத்தாவின் ஆன்மீக வடிவமாக உருவெடுத்த அந்த வீட்டின் வளிச்சூழலைக் கூருணர்வுடன் நெஞ்சறியும் என் அம்மா மீனாட்சியின் மெய்யுணர்வில் ஒரு கடுகளவாவது அவர்களிடம் இருக்குமா? ஏதோ ஒரு வீடு, நமக்குக் கிடைக்க வேண்டியது, கிடைத்து விட்டது என்று சாப்பாட்டைச் சாப்பிட்டு எழுந்திருக்கிறாப்போலச் சாதாரணமாக எடுத்துக் கொள்வார்கள்.

அம்மா மரபுரிமையாய்ப் பெற்றது? மைசூரில் ஒரு எளிமையான வாடகை வீட்டிலும் ஒரு அழகான வளிச் சூழலை மென்மையாகவும் நேர்த்தியாகவும் சிருஷ்டிக்கும் திறமை இருக்கும் அம்மாவிற்கு, தாத்தா தன் குணங்களை மரபுரிமையாய், ஒரு உயிலும் எழுதத் தேவையில்லாமல் அம்மாவிற்கு விட்டுச்சென்றார்! அம்மா, எந்தச் சிக்கலிலும் கிடைத்ததை ஏற்றுக்கொண்டு திருப்திபடும் உன் நலமார்ந்த

போக்கு இதோ நீ எழுதியிருக்கும் இந்தக் கடிதத்திலேயே தெரிகிறது. அட! கடிதத்தை இன்னும் முழுக்கப் படிக்க வில்லையே. நான் மீண்டும் கடிதத்தைப் பிரித்தேன்.

"எனக்குக் கிடைத்த கறுப்பு மர... தந்த மூர்த்திகள்... ஊஞ்சப் பலகை... அப்பாவை நினைவூட்ட..."

அப்புறம்?

"கிடக்கட்டும் விடு. உன் வேலை நெருக்கம் எப்படி? சின்ன குழந்தையையும் வீட்டையும் மாப்பிள்ளையையும் கவனித்துக்கொண்டு எப்படித்தான் ஆபீஸ் வேலையைச் சமாளிக்கிறாயோ? உன் தலைமுறைப் பெண்களுக்குக் கடும் உழைப்பிலிருந்து விமோசனமேயில்லை போலும்! அது என்ன இருந்தாலும் காயத்ரி, முடிந்தபோதெல்லாம் ஓய் வெடுத்துக்கொள். வெள்ளிக்கிழமை தவறாமல் எண்ணெய் ஸ்நானம் செய். உங்கள் எல்லோருக்கும் அன்புடன்,

அம்மா."

எண்ணெய் ஸ்நானம்! என் சருமத்தில் மட்டும் எண்ணெய்பட்டால், அது 'ஆ' வென்று தாகத்துடன் குடிக்கும். இந்தத் தில்லியின் எலிப்பொறி வீட்டில், வெள்ளி என்ன, ஞாயிறுகூட உடம்பெல்லாம் சராய்த்துக்கொள்ளாமல் குளிக்கவும் முடியாது, அதற்கென்று சமயமும் தண்ணீரும் பற்றாது! பெண்களுக்கு வெள்ளிக்கிழமை எண்ணெய் ஸ்நானம் என்பது என்னைப் போன்ற தொழிலாளிக்கு ஒரு எட்டாத சொகுசான அம்சமாகப் போய்விட்டது.

"அட, கீளே இறங்கி வாம்மா சொல்றேன்! ரொம்ப பேஜாராப் போச்சு ஓன் பிடிவாதம். தா, மயிரு வைக்கப் பில்லா கிடக்கு, வாம்மா கீளே!"

இப்படி அதட்டும் முனியம்மாவை மேலே மரக்கிளை யிலிருந்து காயத்ரி பார்த்தாள். முனியம்மாவின் காவியேறிய பல் வரிசையும் சதா கொதப்பும் வெற்றிலையும், அள்ளிச் செருகிய அவள் தலை மயிரையும், தொய்ந்துபோன காது மடல்களின் பெரிய ஓட்டைகளின் சுருட்டிவைத்த பாய் போன்ற ஓலை 'கம்மல்களை'ப் பார்த்த மட்டில் காயத்ரிக்குப் பாசம் ஊற்றெடுத்தது. ஆனாலும் முனியம்மாவைச் சற்றே அழவைக்கலாம் என்ற ஒரு சபலம்.

"வேண்டாம், எண்ணெய் தேய்த்துக் குளிக்க வேண்டாம். நாளைக்குப் பார்த்துக்கலாம்."

"என்னாது! நாள சனிக்கிழமை. பெட்டை கொளந்தே வெள்ளியிடே எண்ணெய் தேய்ச்சுக்கணும். கேட்டயா?

ச்சு! இது என்ன பேஜாரு. இப்ப கீள வரயா. இல்ல முனுசாமியை வுட்டு அந்தச் சம்பங்கி மர ஊஞ்சலை இன்னிக்கே இளுத்துக் கட்டிப்போடச் சொல்லவா?"

சரசரவென்று தொடையெல்லாம் சராய்த்தபடிக் காயத்ரி மரத்திலிருந்து வேகமாய்ச் சறுக்கிக் கீழே இறங்கினாள்:

"ஏய், ஏய்! மெல்ல, மெல்ல! ஐயோ சாமி, பெட்ட கொளந்த இப்படி உடம்பை நாசமாக்கிண்டு...`சே! சொன்ன பேச்சைத் துளியான கேக்கர ஜாதியா நீ? மரத்திலே ஏறிக்னு, மண்ணுலே புரண்டுகினு, தூ... பேஜாரு."

கால்கள் தரையில் பட்டவுடன் ஓடி அருகில் போய், முனியம்மாவின் கழுத்தை இறுகக் கட்டிக் கொண்டாள் காயத்ரி. பழக்கப்பட்டுப் போன புகை இலையின் நெடியும் முனியம்மாவின் சருமத்திலிருந்து எழும்பிய காய்ந்த சருகின் ஒரு விசித்திரமான வாசனையும் காயத்ரியைச் சூழ்ந்து கொண்டது.

"முனியம்மா, என் கண்ணு இல்லே... முனுசாமிய மட்டும் ஊஞ்சலைத் தூக்கிக் கட்டச் சொல்லாதே, ப்ளீஸ்! இதோ இப்பவே எண்ணெய் தேய்ச்சிக்க வரேன்."

நெல்லிக்காயுடன் காய்ச்சிய எண்ணெய் இதமான சூட்டுடன் காயத்ரியின் தலைக்குள் இறங்கியது, பிறகு எண்ணெயை உடம்பிலும் தடவி, சருமம் 'ஜிவு ஜிவு'வென்று பற்றி எரியும்படி முனியம்மாவின் விரல்கள் தேய்த்துவிட்டன. கைகளையும் கால்களையும் உருவி வருடிவிட்டாள்.

"ஐய, என்ன இது, சொரசொரன்னு! சொன்ன பேச்சை..."

"உஷ்! முனு முனு முனியம்மா! ஏன் சும்மா திட்டறே? அப்படித்தான் மண்ணுலே விளையாடுவேன், போ! உன் கை மட்டும் எப்படி இருக்காம், தேங்காய் நார் மாதிரி!"

"அட, என்னை விடு, நா சுடுகாடு போறவோ. நீ அப்படியா? தா, ஒன்னைக் குளிப்பாட்டினப்புறம் பாரு என் கை வேலையை – சும்மா ராஜாத்தி மாதிரி, 'நிகுநிகு'ன்னு இருப்பே!"

"ச்சூ உஸ்... ச்சூ!" என்று விசித்திரமான ஒலிகளைக் கிளப்பியபடி, கொதிக்கும் தண்ணீரை வாளி, வாளியாகக் காயத்ரியின் மேல் ஊற்றுவாள். பிறகு ஒரு பர்மா குமட்டியின் செக்கச் செவேலென்ற தணல்கள்மீது சாம்பிராணிப் பொடியைத் தூவி, அதன் மீது ஒரு பிரம்புக் கூடையை மூடி, அதன் மீது காயத்ரியின் தலைமயிரை விரித்து, நிமிடத்திற்கு நிமிடம் புரட்டிவிடுவாள்.

"போதும் முனியம்மா, ப்ளீஸ்!"

"அட கம்முனு கிட! 'எனக்குச் சொல்ல வந்துட்டாயா' மொளச்சி மூணு இலை விடலை!"

அதற்குப் பிறகு காயத்ரிக்கு மெத்தெனப் படுக்கையில் விழுவதுதான் நினைவிருக்கும். ஒரு நெகிழ்வான தூக்கத்தில் வழுக்கிக்கொண்டுபோய், கண் விழித்ததும், சருமத்திலிருந்து எழும்பும் எண்ணெய், கடலைமாவு, சாம்பிராணி சேர்ந்த கலவையும் முன்நெற்றியில் மிருதுவாக விழும் அதிசுத்தமான தலைமயிரையும் பார்த்துக் காயத்ரி, தன் உடம்பைப் பார்த்தே பிரமித்துப்போவாள். இப்போது அந்தச் சாம்பிராணிப் புகை ஒரு சகாப்தத்தையே தன்னுடன் சுருட்டி எடுத்துக் கொண்டு ஆவியாக மறைந்துவிட்டது!

நான் மாலை வீடுபோய்ச் சேர்ந்தவுடன் அரவிந்த் வேலைக் காரக் குட்டியுடன் விளையாடப் போய்விட்டான். முகம் அலம்பிக்கொள்ளக் குளியலறைக்குப் போனேன். ஸ்விட்சைத் தட்டியவுடன் கண்ணாடியின் மேல் பொருத்திய விளக்குப் 'பளீ'ரென்று வெளிச்சம் பாய்ச்சியது. நெற்றியின்மேல் தலை மயிர் தான் 'பிசுபிசு'வென்று அடர்த்தி குறைவாகப் படர்ந்திருந்தது என்றாலும், முகச் சருமத்திலும் என்ன வறட்சி! இந்தத் தலைமயிருக்குக் கிடைத்த உபசாரம் எல்லாம் ஒரு அவசர 'ஷாம்பூ' தான்! கண்களின் கீழே நீலம் பாரித்த சின்னக் கோடுகள் கண்ணாடியில், சவால் விடும்படி நேருக்கு நேர் என் கண்களைத் துளைத்தன. ஏதோ தாக்குவது போன்ற ஒரு வெறி ஏறிக்கொண்டது. இது என் கண்கள்தானா? ஏன் இப்படி ஒரு சத்துரு மாதிரி என் கண்கள் என்னையே ஏளனமும் இகழ்ச்சியுமாக முறைக்கின்றன?

"நாளுக்கு நாள் நான் அழிந்துதான் போய்க்கொண்டிருக் கேன். அதனால் என்னவாம்? அழிவு மனித உடலுக்கு உரிமை யாச்சே!" என்று கண்கள் எதிர்த்தன. முகமூடி கழன்ற நேரம். சமயம் ஸ்தம்பித்து நின்றது.

ஆத்திரமூட்டும் அந்தக் கண்களை நேருக்கு நேர் நானும் எதிர்த்துப் பார்த்தேன். பிறகு பொறுக்க முடியாமல் கண்களைக் கண்ணாடியிலிருந்து அகற்றி, விறுவிறுவென்று முகம், கை, கால்களை அலம்புவதில் ஈடுபட்டேன். அறைக்குள் வந்து, முகம் துடைத்து, நிலைக்கண்ணாடியின் முன்னால் நின்றேன். இப்போது முகம் மட்டுமல்லாது என் உருவமே கண்ணாடி யில் பிரதிபலித்தது. வாட்டமடைந்த முகம், அதற்குக் கீழே ஒடிசலான, எளிதில் வளைந்து, நெகிழ்கிற உடம்பு. ஒன்றுடன் ஒன்று சம்பந்தமில்லாமல், இரண்டு தனி அம்சங்கள் போல

இருந்தன. நாட்டியம் என்ற உயர்ந்த கலையைக் கேவலம் ஒரு உடற்பயிற்சிபோலச் சுருங்க வைத்து, சிறுமைப்படுத்தி விட்டதன் விளைவு இந்த ஓடிசலான, வளைந்து கொடுக்கும் உடம்பு. சமயம் என்ற அவசர உந்துதலில், முதன்மை பெறும் அம்சங்களான உத்தியோகம், குழந்தை, வீட்டு வேலை என்பதற்கு இடம் விட்டுக்கொடுத்து, கலை என்பது எங்கோ வழுக்கி, இறங்கிக் கீழ்ஸ்தானம் பெற்றுக்கொண்டுவிட்டது. சமயம் மட்டும் கிடைத்தால்? இதையேதான் ரமா சொன்னாள். அன்று ஒரு சனிக்கிழமை . . .

சமயம் மட்டும் கிடைத்தால்? இந்தக் கேள்வியை மௌனம் விழுங்கி, ஏப்பம் விட்டு, ஜீரணித்துக் கொண்டது. மீண்டும் மௌனம் வீங்கி இன்னும் பெரிதாகியது.

5

"இன்றைக்கு உன் புரோக்ராம் என்ன? சனிக் கிழமை மீட்டிங்க் என்று ஏதாவது ஆபீஸில் வைத்துக் கொண்டார்களா?" என்று கேட்டார் சங்கர்.

"நல்லவேளை, இந்தச் சனிக்கிழமை பிழைத்துக் கொண்டேன், இல்லேன்னா இன்றைய பாடு கஷ்ட மாகப் போயிருக்கும். உங்களுக்கும் ஆபீஸில் இன்று அவசர மீட்டிங்க். நான் பன்னிரண்டு மணிக்கு அரவிந்தை ஸ்கூலிலிருந்து அழைத்துக்கொண்டு வரணும்" என்றேன்.

"அதற்கு நீ ஏன் போகணும்? வேலைக்காரக்குட்டி போகட்டுமே, வழக்கம்போல?"

"குட்டி இன்றைக்குச் 'சுட்டி', அதான்"

"ஓகோ."

ஸ்கூலுக்கு ஐந்து நிமிடங்கள் முன்னதாகவே போய்ச் சேர்ந்தாயிற்று. கொஞ்ச நேரம் ஸ்கூல் நோட்டீஸ் போர்டில் கண்காட்சியாக மாட்டியிருந்த குழந்தைகளின் கைவண்ணங்களைப் பார்த்தேன். பிறகு ஸ்கூல்மணி அடிக்கும்வரை வெளியே காத்திருக்கலாம் என்று நகர்ந் தேன். வெளியே என் மாதிரி வேறு சில அம்மாக்கள், அப்பாக்கள் காத்திருந்தார்கள். மரத்தடியில் மூன்று, நான்கு அணில்கள் லாவகமாய்த் தாவி, குதித்து ஓடி விளையாடிக்கொண்டிருந்தன. அசைவுகளில் என்ன இயல்பான ஒரு நெஞ்சையள்ளும் நளினம்! தின்றபின், அணில் இரு சின்ன கைகளைத் தூக்கி, முகத்தை மாறி மாறித் துடைத்து, சுத்தப்படுத்திக்கொள்வது வேடிக்கையாக இருந்தது. திடீரென்று 'கண கண'வென்ற உரத்த மணியலைகள் அந்த அணில்களை மின்னல் வேகத்தில் வெவ்வேறு திசைகளில் சிதறடித்தன. இடது

ஆத்துக்குப் போகணும்

பக்கமாக ஒரு சின்ன ஆரவாரம். வரிசை வரிசையாக, உதிர்த்து விட்ட புஷ்பங்களாய்க் குழந்தைகள் வெளிவந்தனர். என்ன பசுமையான சொரிவு! ஒரு சில விநாடிகள் முழுமொத்தமாக அந்தக் குழந்தைகளைப் பார்த்து நின்றவள், "அரவிந்த்!" என்று அவன் தோளைப் பற்றினேன். அந்தக் குழந்தை முகம் நிமிர்ந்து மௌனமாய் என்னை அண்ணாந்து பார்த்தது.

அவன் அரவிந்த் இல்லை!

சிரித்தபடி அவனைத் தட்டிக்கொடுத்துவிட்டு, மற்ற குழந்தைகளை ஆராய்ந்தேன். ஒரே நிறச்சேர்க்கையுடன் அணிந்த ஸ்கூல் 'யூனிஃபார்ம்', ஏறத்தாழ ஒரே ஆகிருதி, ஒரே முகப் பாவனையுடன் தெளித்த துளிகளாய் உதிர்ந்த குழந்தைகள். ஒரு வினாடி அரவிந்தைத் தேடும் என் கண்களுக்கு எல்லா ஆண் குழந்தைகளும் அரவிந்தாகக் காட்சியளித்தனர்!

ஆ, என்ன இனிமையான பிரமை!

அந்தப் பிரமையிலிருந்து சிரமப்பட்டு என்னை விடுவித்துக் கொண்டு மறுபடியும் அந்தக் கும்பலில் குழந்தைகளின் முகங் களை ஊடுருவிக் கவனித்தேன்.

அதோ! முன்னால் நகர்ந்து, அரவிந்தை நோக்கி நடந்தேன். அவன் தூரத்திலிருந்தே என்னைப் பார்த்துப் பளீரென்று சிரித்தான். சரசரவென்று இன்னும் அருகே போனேன். அரவிந் தின் புன்னகை சற்றே அடங்கியது. இருந்தாலும், முகத்தில் மலர்ச்சி குறையாமல் என்னைப் பார்த்தபடியே நகர்ந்தது அந்தச் சிரித்த முகம். அதுவும் அரவிந்த் இல்லை.

கடவுளே! இன்றைக்கு என்ன ஆச்சு?

ஒரு சின்ன கலவரம் என்னைப் பற்றிக் கொண்டது. அரவிந்தைக் கோட்டை விட்டுட்டேனா? இந்தக் கும்பலில் குழந்தைகளோடு குழந்தையாகப் போகும் அவனை நழுவ விட்டு, அவன் இப்போது ஸ்கூல் வாயில் கேட்டிடம் நின்று கொண்டு என்னைத் தேடுகிறானோ என்னவோ? பாவம்.

திடீரென்று என் புடவைத் தலைப்பு இழுக்கப்பட்டது.

"அம்மா!"

"அட அரவிந்த்! எங்கே இருந்தே கண்ணா? ஒரு நாழியா தேடறேன்?"

"இங்கேதானே? நான் உன்னைத் தூரத்திலிருந்தே பார்த்து விட்டேன்" என்றான் பெருமையுடன். மற்ற குழந்தைகளைப் பார்த்தவாறே கிளம்பினேன். விவரிக்க முடியாத ஒரு பரவசம் மனத்தையும் உடம்பையும் பரவலாக வியாபித்தது. எனக்குள்ளே

ஏதோ ஒன்று பூச்சொரியலாகச் சொரிந்தது. அந்தச் சொரியலில் நான் நனைந்தேன்.

***

ஞாயிறு விடிந்தது, சாம்பல் நிறத்துடன். காலை காப்பியை உறிஞ்சியவாறே சங்கர் சொன்னார்.

"காயத்ரி, உன் ஞாயிற்றுக்கிழமை வேலையெல்லாம் முடிந்த பிறகு நாம்ப சித்த உட்காரலாமா? மாலையில் ஆஸாத் பவன் ரைடார்ஸ் மீட்டிங்கிற்கு வருவதாக ரமாவிடம் ஒப்புக்கொண்டாய் அல்லவா?"

"ஆமா."

"அப்ப நாம்ப நாலு மணிக்கே இந்த டி.டி.ஏ. ஃப்ளாட் விவகாரத்தை ஒட்டிய வேலையை முடித்து விடவேண்டும், நமக்கு அலாட் ஆகியிருக்கிற ஃப்ளாட்டிற்கு எப்படியோ ஒரு வழியாகப் பணம் திரட்டி, முன்பணம் கட்டியாகணும், இன்னும் ஒரு மாதத்திற்குள்" என்றார்.

"சரி, நாம்ப ரூ. 15,000 ரெஜிஸ்டிரேஷன் ஃபீயாக் கட்டியாயிற்று இல்லையா?"

"ஆமாம் இன்னும் நான்கு இன்ஸ்டால்மெண்டுகளில் ரூ. 30,000 பணத்தைக் கட்டிக்கொண்டே வரணும்."

"அப்படியா! தலை சுற்றுகிறதே?"

"என்ன செய்வது? முழுத்தொகை ஒரு லட்சத்து ஐம்பதினாயிரம் எட்ட வேண்டும் என்றால் பாரேன்?"

துவைத்த புடவைகளுக்கு வேலைக்காரக் குட்டியிடம் கஞ்சி போடவைத்து, அவை உலர்ந்தபின் இஸ்திரி போட்டு வைக்கச் சொல்லி, நான் குளித்துவிட்டு வருவதற்குமுன் ஹோம்வொர்க்கை முடிக்க வேண்டுமென்று அரவிந்திடம் சொல்லிவிட்டு, எண்ணெய்க் கிண்ணத்துடன் குளியலறைக்குள் புகுந்து கொண்டேன்.

எண்ணெய் தடவிக்கொள்ளும் முன்னாலேயே என் கைகள் சோர்வுற்று, தோள்பட்டைகள் வலித்தன. தண்ணீரை ஊற்றிக்கொள்ளும்போது ஏனோ அன்று அந்தப் பழங்காலத்துக் கன்னட நடன இசை என்னையும் அறியாமல், என் வாயிலிருந்து அடங்கிய குரலில் எழும்பியது.

"கிருஷ்ணா நீ பேகனே பாரோ!"

ஷாம்பூவைத் தலையில் தேய்த்துக் கொள்ளும்போது புறங்கை சுவரில் இடித்து லேசாகச் சிராய்த்தது. சிரத்தையாக

வளர்த்த நீண்ட விரல் நகங்களில் ஒன்று முற்றிலும் எதிர் பாராமல் முறிந்தது; 'சட்!' என்று ஒரு நிமிடம் வருந்திய பின், மீண்டும் தண்ணீரில் திளைத்தேன்.

'பேகனே பாரோ, முகவன்னு தோ . . . ஓ . . . ரோ!'

மற்ற பாட்டுக்களை விட்டு, பொதுப்பாட்டாகத் தேய்ந்த இந்தப் பாட்டை நான் ஏன் இன்று திடீரென்று சலித்துக் கொள்ளாமல் பாடறேன்?

'தாயிகே பாயல்லி, ஜகவன்னு தோரிஸித . . .'

இன்னும் அரை பக்கெட் தண்ணீர்தான் இருந்தது. குழாயி லிருந்து அரை மனதாய், மெல்லிய கீற்றாக வந்துகொண் டிருந்தது ஜலம். இன்னும் இரண்டு பக்கெட்டில் நிரப்பி வைக்க லாம் என்றால் இடம் ஏது இந்தக் குளியலறையில்? குளிக்கும் இந்த ஒரு உடம்பையும் கொள்ள முடியவில்லையே அதற்கு. இப்படித் திரும்பின இடத்திலெல்லாம் முட்டிக்கொண்டு, மோதிக்கொண்டு . . .

ஏன், கிடைக்கப்போகும் அந்த டி.டி.ஏ, ஃப்ளாட்டின் குளியலறையும் இதே போல, அல்லது இன்னும் சிறியதாக இருக்கப்போகிறது. ஆனால் அது நமக்கே சொந்தம் என்ற பின் நிச்சயம் ஒரு வித்தியாசத்தை உணருவோம் என்று மிகவும் உறுதியாக சங்கர் அன்று சொன்னாரே? டி.டி.ஏ. பொந்தின் சுவர்கள்மீது எங்களுடைய மூச்சுப்பட்டு, எங்கள் நாடியின் அதிர்வுகளை, குரல்களின் அலைகளை ஈர்த்துக் கொண்டு, அந்தச் சின்ன பொந்திற்கும் ஒரு வீட்டின் வளிச்சூழல் வரும். வெளியே வேலை செய்து அலைந்து சோர்வுற்ற பிறகு, பொந்திற்குள் கொறி விலங்குகளாய் ஒண்டிக் கொள்வோம்.

டி.டி.ஏ. எலிப்பொறி. அதில் மூன்று எலிகள்.

சங்கர் எலி.

காயத்ரி எலி.

சுண்டெலி அரவிந்த்!

பிள்ளையாரின் அருள் இருந்தால், அந்த எலிகளுக்கும் சக்தி வந்து, என்ன வேண்டுமானாலும் செய்யும். எலி பிள்ளையாரின் 'மேஸ்காட்' அல்லவா?

மேல்நாட்டு வனதேவதைக் கதையான "ஸிண்டேரெல்லா வில்", பூசணிக்காய் வண்டிக்கு எலிகள்தான் என்ன மாய ஜாலங்கள் செய்கின்றன! ஸிண்டெரெல்லாவின் கனவுகள் முன்னேறுகிற திசைபார்த்துச் சரியான பாதைகளில் ஓட்டிச்

சென்ற அபூர்வ வலுவார்ந்த எலிகள். தேரோட்டிகள்! பார்த்த சாரதிகள்!

பாத்ரூமிலிருந்து வெளியே வந்து,

"அரவிந்த் வாடா, குளுப்பாட்டி விடறேன்" என்று கூவினேன். சங்கர் என்னைப் பார்த்து,

"ஆமா, அவர் பேகனே பந்தாரோ?" என்றார்.

"யாரு?"

"அதான், உன்னுடைய கன்னடக் கடவுள்."

"போங்க சங்கர், ஓட்டுக் கேட்டுண்டு ... வாடா சீக்கிரம் அரவிந்த்!"

"ஏன், அவனையும் பேகனே பாரோ என்று கூப்பிடுவது தானே?"

***

பிற்பகல் டி.டி.ஏ. காகிதங்களை எடுத்து வைத்துக் கொண்டு, நாங்கள் கொடுக்க வேண்டிய 'இன்ஸ்டால்மெண்டு' களைப் பற்றித் திட்டமிட்டோம். மலைத்துப்போனோம்! எதிர்பார்த்ததைவிடத் தொகை பெரியதாக, பூதாகாரமாக எங்கள் முன்னால் நின்று பயமுறுத்தியது. எங்களைத் தலையில் குட்டி, பக்கவாட்டிலும் அப்படியும் இப்படியுமாக அடித்து, தட்டி, எங்கள் இருவரையும் இந்தப் பிரபஞ்சத்தில் இன்னும் சின்னவர்களாக, அணுப்பிரமாணம் உடையவர்களாக சிறுமைப்படுத்திக் காட்டியது. ஆனால் இப்பொழுது இந்த வாய்ப்பை நழுவ விட்டால், இன்னும் சில வருடங்களில் இதன் மதிப்பு இரட்டிப்பாகப் போய் விடுமே? வேறு வழியே இல்லை! கிரேக்கத் தேசத்துக் காரின்த் நகரின் முதல் அரச னான ஸிஸிஃபஸ் போல, சங்கரும் நானும் இன்னும் பல ஆண்டுகளுக்கு மாதந்தோறும் சுழன்று சுழன்று வரும் விலைவாசியின் விசையாற்றலில் சிக்குண்டு, திக்குமுக்காடி, இரண்டு செக்கு மாடுகளாக உழைத்து, சம்பாதிக்கணும், டி.டி.ஏ. எலிப்பொறிக்குள் அடங்கும் எலிகளாக மாறும் வரையில். அடங்கும்வரை மாடு, பிறகு எலி ... விலங்குகளாகக் மறைந்துபோன நாம் மனித நாகரிகத்துடன், கம்பீரத்துடன் எப்போதுதான் வாழ்வது?

ஆனால் அறிவு உணர்ச்சிகளை நசுக்கியது. இருபத்தொன் றாம் நூற்றாண்டு நெருங்கும் இந்தத் தருணத்தில் இடத்திற்கும் நிலத்திற்கும் பேராசைப்பட்டால் முடியுமா? இறந்தவர்களை

அடக்கக் கல்லறையில்கூட இடம் கிடைப்பதில்லையே, அப்படியே அபூர்வமாகக் கிடைத்தாலும் புதைக்கும் இடத்தின் விலை என்ன விபரீதமாக உயர்ந்துவிட்டது! பம்பாயேயா னாலும் லண்டனேயானாலும் வர வர இறந்துபோன சொந்தக் காரர்களை மரியாதையுடன் புதைக்கக்கூட முடியாமல் போய் விடும் இந்த இட நெருக்கடி . . . சில மேல் நாடுகளில், அதுவும் கம்யூனிஸ்ட் ஆட்சியை அனுபவித்த புகாரெஸ்ட் போன்ற நகரங்களில் சவங்களை முழுமொத்தமாகத் திரட்டி, அவர்கள் கிறிஸ்துவர்களாக இருந்த பின்னும், தகனம் செய்கிறார்களாம், இந்த இடம் கிடைக்காத கஷ்டத்திற்காக. இதனால் கொஞ்சமும் பாதிக்கப்படாமல் இருப்பது போன்ற சலனமற்ற சடலங்கள், அதுவே மரணத்தின் இறுதியான அசிரத்தை!

புது ஃப்ளாட்டிற்கு ஏற்பாடு செய்யும்போது எப்பேர்ப் பட்ட எண்ணங்கள்? என் அனுமதியின்றி மண்டைக்குள் நுழைந்து ஆர்ப்பாட்டம் செய்கின்றனவே? நான் இப்ப என்ன நினைக்கிறேன் என்பது சங்கருக்குத் தெரிந்தால் என்ன நினைப்பார்? லண்டனின் கல்லறைச் சிக்கல்கள் இந்த நேரத்தில் என் முகத்திலும் பிரதிபலித்துவிட்டதோ என்ற பயத்துட னேயே சங்கரை மெல்ல ஓரக்கண்ணால் கவனித்தேன். அவர் அமைதியாக எல்லாக் காகிதங்களையும் தயார் செய்து, சீர்படுத்தி வைத்தார்.

நான் எழுந்து சாப்பாடும் டிபனும் தயார் பண்ணி வைத்தேன். விடிந்ததும் இன்னும் ஒரு வாரம ஆபீஸ் வேலை யில் வசமாக மாட்டிக்கொள்வோமே? இரண்டு மணிநேரம் கால் கடுக்கச் சமையல் பண்ணி முடித்தேன். அவசர அவசர மாக முகம் அலம்பிக்கொண்டு தயார் ஆனேன். அப்படியும் நேரமாகிவிட்டது. நாங்கள் இருவரும் ஒரு மூன்று சக்கர ஸ்கூட்டரைப் பிடித்துக்கொண்டு ஆஸாத் பவனை நோக்கி விரைந்தோம்.

6

ஆஸாத் பவனில் நுழைந்தவுடன் என் கண்கள் ரமாவைத் தேடின. மூக்குக் கண்ணாடியும் குறுந்தாடியும் காதிக் குர்தாவும் அணிந்திருந்த ஒரு ஆளுடன் ரமா பேசிக்கொண்டிருந்தாள். அவர்கள் அருகில் பரட்டைத் தலைமயிருடன் ஒரு அம்மா. முகத்தில் அம்மை வடுக்கள். அவர்களை நெருங்கினவுடன் ரமா அறிமுகப்படுத்தினாள்.

"இவர் ஆஷா ஸ்ரீவத்ஸவ். இந்தி எழுத்தாளர். இவர் பார்த்தோ மித்ரா. வங்காளத்தில் கவிதைகள் எழுதுகிறார். கதைகளும்கூட."

ஒரு மூன்றாவது ஆள் சேர்ந்துகொண்டார்.

"இவர் பிரித்வி ஸின்ஹா. நீங்களும் ஹிந்தியில் தானே எழுதறீங்க?" என்று அவரைப் பார்த்துக் கேட்டாள் ரமா.

"ஆமாம், ஆமாம்!" என்று உற்சாகமாகத் தலை யாட்டி ஹிந்தியிலேயே பதில் சொன்னார்.

"நான் ஏராளமாக எழுதியாச்சி. ஐம்பது நாவல்கள், இருநூறு கதைகள், கட்டுரைகள் . . . என் கதைகளைப் பிரசுரிக்காத பத்திரிகையே கிடையாது" என்றார் ஸின்ஹா பெருமையுடன். ரமா சிரிப்பை மறைக்க முகத்தைத் திருப்பிக்கொண்டாள்.

"இவற்றில் ஏதாவது ஆங்கிலத்தில் மொழிபெயர்ப் பாகியுள்ளதா?" என்று ஸின்ஹாவைக் கேட்டேன்.

"உங்களுக்குத் தெரிந்த மொழிபெயர்ப்பாளருக்கு சொல்லுங்களேன்" என்றார். நாங்கள் நின்ற இடத்தி லேயே டீ வழங்கப்பட்டது. ஸின்ஹா டீயை உறிஞ்சிய

படியே சுற்றுமுற்றும் பார்த்தார். அவருடைய கண்கள் நிலை கொள்ளாமல் அலைந்தன. இந்தப் பழக்கத்தை இந்த மாதிரி கும்பல்களில் நிறையமுறை கவனித்திருக்கிறேன். நம்முடன் பேசும்போது யாராவது பெரிய புள்ளிகளைக் கோட்டை விடக்கூடாதே என்ற கவலையுடன் அந்த நபரின் கண்கள் பரபரக்கும். அப்படியே கண்விளிம்பில் ஏதோ ஒரு புள்ளியோ அல்லது உப – புள்ளியையோ பார்க்க நேரிட்டால், உடனே நடு வாக்கியத்தில் அநாகரிகமாய் கத்தரித்துக் கொண்டு, "ஹி . . . ஹி . . . இதோ வந்துட்டேன்" என்று பல்லை இளித்துக்கொண்டு நழுவுவார்கள்.

சங்கரைப் பார்த்து ஸின்ஹா கேட்டார். "நீங்க எங்கே வேலை பார்க்கறீங்க?"

பேசினால் அருவருப்பூட்டும்படி ஸின்ஹாவின் உதட் டோரத்தில் எச்சில் ஊறியது.

"நான் ப்ளேனிங்க் கமிஷன்லே இருக்கேன். நீங்க?" என்றார் சங்கர்.

"நானா? சரியாப் போச்சு, நான் ஒரு ஃபுல்டைம் ரைடர்!" என்று சற்றுச் சீற்றத்துடன் சொன்ன ஸின்ஹா, மற்றொரு கும்பலில் நுழைந்துகொண்டார்.

"ஃபுல்டைம் அநெம்பிளாய்ட்!" என்றார் சங்கர் அடித் தொண்டையில், கண்ணடித்தபடி.

"பின்னே எப்படிச் சமாளிக்கிறார்?" என்று நான் கேட்டதற்கு, "அதான் பார்த்தாலே தெரியறதே, கிழிஞ்ச ஷர்ட், காதறுந்த செருப்பு, கூசாமல் கடன் கேட்டு வாங்கற பழக்கம், காலி வயிறு, மண்டை நிறைய வறண்ட கர்வம்! ஆனால் நாம்ப இந்தியர்கள் இன்றுவரை ஏதேதோ அசட்டுப் பிடிவாதங்களை இறுக வைத்துக்கொண்டு, வாதம் மூலமாக வாழலாமென்று நம்புகிறோம். வாட்டம் மிகுந்த வறுமையான தோற்றமும் அழுக்குப்படிந்த துணிமணிகளும்தான் ஒரு எழுத்தாளருக்கு அழகு என்ற விசித்திர மரபு . . ." என்றாள் ரமா.

நான் சிரித்துக்கொண்டேன். இது பழக்கப்பட்டுப்போன வாதம். எத்தனை முறை என் காதுபடவே ரமாவைப் பற்றிப் பேசியிருப்பார்கள். பல்வேறுவிதமாய். அவள் காலேஜில் வேலையை முடித்தபின், வீட்டு வேலையையும் முடித்துக் கொண்டு, எப்படி ஒரு சந்திப்பிற்கோ மீட்டிங்கிற்கோ கச்சித மாக ஆனால் எளிமையாக, நேர்த்தியாக உடுத்திக்கொண்டு

வருகிறாள். இத்தனைக்கும் அவள் உடுத்துவதெல்லாம் மலிவான நூல் புடவைகள். ஆனால் அதைத் தேர்ந்தெடுப்பதில் அப்படியொரு உயர்ந்த ருசி இருக்கும்... ரமா உருக்குலையாமல், குளுமையாக இருப்பது சிலரைத் தூண்டிவிடும். அவளைப் பார்த்தால் எழுத்தாளர் போல இல்லையே என்ற, ஒரு மூர்க்கத்தனமான வாதம் கிளம்பும். வேறு சிலர் இத்தனையும் செய்து, வீட்டு வேலைகளைச் செய்து இரண்டு குழந்தைகளை நன்றாக வளர்த்து எவ்வளவு ஒழுங்காக, சீராக ஒரு தன்னடக்கத்துடன் இருக்கிறாளே என்று வியந்து பாராட்டுவார்கள். ஆனால் முதல் கருத்தின்படி இதெல்லாம் ஒரு எழுத்தாளருக்குக் கல்யாணக் குணங்கள் அல்லவே?

ரமா சொன்னதைக் கேட்டு சங்கர்,

"இது என்ன வேடிக்கையான பேச்சு?" என்றார்.

"நிஜமாகத்தான் சங்கர்" என்ற ரமா தொடர்ந்து,

"பெண் எழுத்தாளராக இருந்தாலும் எப்படியாவது ஒரு தாடியை வளர்த்துக்கொண்டு, தோளில் ஒரு அழுக்குத் துணிப்பை தொங்க, சதா சிகரெட்டைப் புகைத்தால்தான் எழுத்தாளரின் தோற்றம் போல இருக்கும்" என்றாள்.

"அதிசயமா இருக்கே!" என்ற சங்கர், பெரிதாகச் சிரித்தார். என் பக்கம் திரும்பிய ரமாவின் முகத்தில் சிரிப்பே இல்லை.

"காயத்ரி, நம்ம சமூகத்தில் பைத்தியக்காரத்தனம் அப்படியே தளும்புகிறது" என்றாள். நான் அவளை ஜாக்கிரதையாகப் பார்த்தேன். கலங்கிய கண்களும் விசித்திரமான நடத்தையுமாகச் சித்தம் பேதலித்த ரமாவின் அம்மா மதுரம் மாமி நினைவிற்கு வந்தாள். மதுரத்திற்குக் கூட்டாளி ஒரு கணவன், ஈனஸ்வரத்தில் தடவி, தயங்கிப் பேசும் அவள் கணவனான ரமாவின் அப்பா சதாசிவம்.

நிகழ்ச்சி தொடங்கப்பட்டது. நிகழ்ச்சி நிரலின்படி முதலில் ஒரு பெரியவர் "அரசியல் விவாதங்களும், இலக்கிய வடிவமும்" என்ற தலைப்பில் ஹிந்தியில் பேசினார். பிறகு ஒரு பெண், "தற்காலத்திய வங்காள அரசியல் இலக்கியத்தில் பெண்கள் அளித்த பங்கு" என்பதைப் பற்றிச் சில சுவாரஸ்யமான விஷயங்களைச் சபையுடன் பகிர்ந்துகொண்டாள். அதற்கடுத்து ரமா, "தற்காலத்துத் தமிழ் இலக்கியம்: ஸோஷியாலஜியின் பார்வையில்" என்னும் தலைப்பில் பேசினாள். சொல்ல வேண்டியதைத் தெளிவாக மட்டுமல்லாமல், ரத்தினச் சுருக்கமாகச் சொல்லி முடித்துக் கீழே இறங்கினாள் ரமா. ஒரு காலேஜ் ஆசிரியராக இருந்த பின்னும் அவளுடைய பேச்சில் என்ன அதிசயமூட்டும் செறிவு!

நிகழ்ச்சி முடிந்தவுடன் சங்கர் ரமாவிடம் "வெரிகுட் ரமா, வெல்டன்!" என்றார்.

"நிஜமாகவா சொல்றீங்க சங்கர்? எனக்கு என்னமோ ரொம்பக் களைப்பாக இருந்தது. காலையில் விக்ரமிற்கும் சித்ராவிற்கும் எண்ணெய் தேய்த்துக் குளிப்பாட்டி, பிறகு சமையலை முடித்து, இந்தப் பேச்சிற்காக ஏதோ இரண்டு குறிப்புகளைச் சேர்ப்பதற்குள் கிளம்பவே டைமாயிடுத்து. உடம்பெல்லாம் வலிக்கிறது. என்ன பேசினேனோ எனக்கே தெரியாது" என்றாள் ரமா.

"அடாடா, ச்சு, ச்சு! அப்ப ஏன் நீங்க சிவனேன்னு வேலையை விட்டுட்டு, வீட்டில் உட்கார்ந்து எழுதக் கூடாது?

இந்தத் தமிழ்க்குரல் வந்த திசையைத் திருப்பிப் பார்த்தோம். மூர்த்தி!

சிறுகதை எழுதுவார். ஒரு நாவலும் தொடராக சமீபத்தில் ஒரு பத்திரிகையில் வளவளவென்று தொடர்ச்சி யாக வந்துகொண்டிருந்தது. பால் உணர்வைப் பற்றிப் பக்கம் பக்கமாக விசித்திரக் கோணல்களுடன், 'ஸெக்ஸ்' என்பது ஏதோ ஒரு வக்கரித்த வியாதி போலவும் எழுதித் தள்ளி யிருந்தார். இன்டர்வரை படித்த ஒரு மனைவியுடன் எங்கோ ஒற்றை ரூமில் ஒண்டுக் குடித்தனம் பண்ணும் இந்த மூர்த்தி யின் பேச்சில் மட்டுமல்ல, இவர் எழுத்துவரை எட்டும்படி இருக்கும், படித்து வேலை பார்க்கும் பெண்களிடம் அவருக்கு இருக்கும் அசூயை. காரசாரமான வடுச்சொற்கள் வெடிக்க, அவருடைய பொறாமை கடைசியில் முறுக்கிக்கொண்டு ஏளனமாய் விசுவரூபமெடுக்கும். அவர் பக்கம் திரும்பி ரமா: "ரொம்ப ரைட், மூர்த்தி சார் நாளைக்கே நான் ராஜிநாமா செய்துட்டு, அக்கடானு வீட்டோட சாப்பிட்டுக் கொண்டு, பகலில் தூங்கிக்கொண்டு கிடக்கிறேன்" என்றாள்.

"ஏன், உங்க மனைவியை வேலைக்கு அனுப்பமாட்டீங் களா?" என்று கேட்டு வைத்தார் சங்கர். "என் மனைவியா? சரியாப்போச்சு! வீட்டை அம்போன்னு போட்டுட்டு வேலை பார்க்கணும் என்ற சபலமே அவளுக்குக் கிடையாது சார். பாவம் அவள் ரொம்ப 'ஹோம்லி' டைப்" என்றான் மூர்த்தி. ரமா கொல்லென்று சிரித்தாள்.

"யூ நோ காயத்ரி, மூர்த்தி மாதிரி நிறைய இந்தியர்கள் இந்த 'ஹோம்லி' என்னும் வார்த்தையை, ஒரு தன்னுணர்வே யில்லாமல் முற்றிலும் தப்பாக உபயோகிக்கிறார்கள். 'ஹோம்லி' என்ற வார்த்தை ஆங்கிலத்தில் பதினெட்டாம் மற்றும் பத்தொன்பதாம் நூற்றாண்டில் உபயோகித்த அர்த்தமே

வேறு. தன் மனைவியைப் பாதுகாக்கும் பெயரில் ஏதோ புகழ்ச்சியாகச் சொல்ல வந்த மூர்த்தி, பாவம் கடைசியில் இந்தச் சற்று இகழ்ச்சியான வார்த்தையைப் பொறுக்கிக் கொண்டார்" என்று மீண்டும் சிரித்தாள் ரமா.

"ஆ, ஆ? என்ன, என்னது?" என்று விழித்த மூர்த்தியிட மிருந்து நாங்கள் விலகிக்கொண்டு நகர்ந்தோம்.

மூர்த்தியுடன் இரண்டு நிமிடங்கள் பேசினாலும் விரச மாகத் தேள் கொட்டினாற்போல, உடம்பு பூரா விஷக் கடி களாக வந்து விழும் என்பாள் ரமா.

"ஊம். 'ஹோம்லி' என்று தன்னையறியாமல் சரியாகத் தான் தன் மனைவியை விவரித்தான் மூர்த்தி" என்றேன். "அவள் ஹோம்லியாக இருப்பது மூர்த்திக்கு நல்லது. அவன் இரண்டாம்தர, அல்லது மூன்றாம்தர எழுத்தாளராக இருந்தாலும் அவள் கண்ணை மூடிக்கொண்டு 'ஹீரோ வர்ஷிப்' பண்ணுவாள். அவனுடன் சேர்ந்து மற்ற பெண் எழுத்தாளர் களைச் சப்பை கூட்டிண்டு தாக்குவாள்" என்ற சங்கர், பிறகு "அதோ துரை!" என்றார்.

"ஷீலா வரவில்லையா?" என்று ரமாவைக் கேட்டேன்.

"வரக்காணோம். பார்க்கப்போனால் இன்று ஆங்கில எழுத்தாளர்கள் வந்திருப்பதே மிகக்குறைவு. காயத்ரி, அங்கே பார் ஜோஷி! இப்பதான் வரார் போலிருக்கு" என்றாள்.

வழக்கம்போல வெள்ளை வெளேரென்ற குர்தா, பைஜாமாவுடன், குன்றாத முகப்பொலிவுடனும் துலங்கினார் பீதாம்பர் ஜோஷி. கைகூப்பியவாறு ரமாவைப் பார்த்துச் சொன்னார்."

"மன்னிக்கணும் ரமா–ஜி, நான் வரத் தாமதமாகிவிட்டது. ஆபீஸில் ஒரு மீட்டிங். வசமாக மாட்டிக்கொண்டேன்."

"பரவாயில்லை. யூ டிண்ட் மிஸ் மச்" என்றாள் ரமா. எங்கள் அருகில் வந்த துரையைப் பார்த்து ஜோஷி கைகூப்பி, "நமஸ்தே. நீங்கதானே ரமா–ஜியின் கணவர்?" என்றார் முகம் மலர.

"ஹூம்" என்ற துரையின் புருவங்கள் சுருங்கின. "ஆமாம். ரமாவை என் மனைவி என்றும் சொல்லலாம்" என்றார். ஜோஷியின் முகம் சட்டென்று மாறியது.

நாங்கள் நால்வரும் வெளியே வந்து, இரண்டு திசையில் போக இரண்டு ஸ்கூட்டர்களைத் தேடினோம்.

"கங்கிராட்ஸ் சங்கர்! உங்களுக்கு டி.டி.ஏ. ஃப்ளாட் அலாட் ஆயிடுத்தாமே?" என்றார் துரை.

"கங்கிராஜிலேட் பண்ணும்படி என்ன இருக்குப்பா? காயத்ரி சொல்றபடி ஏதோ ஒரு சின்ன எலிப்பொறி, அவ்வளவு தான்" என்றார் சங்கர்.

"அப்படிச் சொல்லிட்டா? உங்களுக்கென்று நான்கு சுவர்கள்" என்றார் துரை.

"நான்கு ஏது? மூன்று சுவர் நம்முடையது என்றால் நான்காவது அடுத்த வீட்டுக்காரருடையது. நாம் கால்வைக்கும் தரை கீழே இன்னொருத்தரின் கூரை. நம்முடைய கூரை மற்றொருத்தரின் தரை, எது உண்மையில் நமக்கு உடைமை?" என்றேன்.

"ரொம்பப் புலம்பாதேங்கோ" என்றார் துரை. "இந்த டிடிஏகூடக் கிடைக்காத எங்களுக்கு எது தரை, எது கூரையாம்?" என்றார்.

"கீழே இந்த மண், இந்தப் பூமிதான் தரை. வானம் ஒரு கூரை. பொதுவுடைமைதான் என்றாலும் நமக்கும் சொந்தம்" என்றாள் ரமா.

"ஆகா! நன்னா சொல்லுவாயே நீ. பேனாவைப் பிடித்து இப்படி எழுத நன்றாக இருக்கும். அனுபவிக்கும் சங்கடமே வேறு" என்றார் துரை.

மேலே இருண்ட இந்தச் சர்வ வியாபகமான வானம் ஒரு கூரை. கீழே நம்மைத் தாங்கிக்கொண்டு மண்பூசும் இந்த மண்கலம் நம் தரை. கடைசியில் நமக்குச் சாசுவதம் இதுதான். ஆனால் ரமா, நீ இதை வாய்விட்டுச் சொல்வதற்குப் பதில் எழுத்தில் விவரித்தால் பொறுத்துக்கொள்வார்கள். பேசினால், இந்த வயசில் இது என்ன பேச்சு, மங்களகரமாக இல்லையே என்பார்கள். ரமா, எழுத்துக்கும் பேச்சுக்கும் இடையேதான் என்ன வாயைப் பிளக்கும் இடைவெளி!

"ஸ்கூட்டர், ஏய் ஸ்கூட்டர்!"

7

சர்வ வியாபகமான வானம் ஒரு கூரை, பூமி ஒரு தரை... ரமாவின் வார்த்தைகள் காதில் ரீங்கார மிட்டபடி கஸ்தூர்பா காந்தி ரோடு வந்து சேர்ந்தோம். மணி ஒன்பது. தூங்கிப்போயிருந்த அரவிந்தைப் பார்த்து, இத்தனை நேரமாக்கி விட்டோமே எனும் குற்றவுணர்வு லேசாக நெருடியது.

சர்வ வியாபகமான வானம் ஒரு கூரை, பூமி ஒரு தரை... சர்வ வியாபகமான வானம் ஒரு கூரை, பூமி ஒரு தரை. இந்த உண்மையைத் தேசம் முழுவதுமே துக்கத்தில் மூழ்கி மீண்டும் நிலைநிறுத்தும் என்று எதிர் பார்க்கவில்லை. அதிர்ச்சி எங்களையெல்லம் ஆட்டி வைத்தது. விளக்குப்போல இருந்த பிரதமர் மடிந்தார். அந்தப் பொக்கிஷத்தை அடக்கும் கடைசிச் சடங்குகளின் தயாரிப்பை டெலிவிஷனில் காட்டினார்கள். நெஞ்சைப் பிழிந்தெடுக்கும் காட்சிகள். சாந்திவனத்தில் சமாதிக்காக மண்தரையை நாடாவால் அளவெடுத்தார்கள். ஒன்பது ஆண்களின் வலுவை ஒருங்கே திரட்டிக்கொண்டவர் போலச் சளைக்காமல் வேலை செய்துவந்த பிரதமர் இந்திரா காந்தியைக் கடைசியில் பூமிதான் மடியில் தாங்கிக்கொண்டு அமைதிப்படுத்தும். 'உறங்குங்கள் இந்திரா, சாந்தியுடன் உறங்குங்கள். இப்பவாவது உங்களுக்குத் தூங்க அவகாசம் கிடைத்தது.'

உயிராற்றலும் செய்திறனும் பிரபஞ்சத்தின் மூலா தாரமான இயலமைவுக்குரிய ஜதையாக மாறி மாறித் தோற்றமெடுத்த இந்திரா, உடலைச் சார்ந்த 'குரோனோ மெட்ரிக்' காலக்கணிப்பை, சமயம் என்ற சம்பிரதாயத்தை, நேருக்கு நேர் பார்த்து எள்ளி நகைத்துத் தோற்கடித்தார். வயதாக ஆக மினுமினுவென்று மெருகேறக்கூடிய

ஆத்துக்குப் போகணும்

அழகைப் பெற்ற சில அபூர்வப் பெண்களில் ஒருவரான இந்திராவின் வசீகரம், இன்னும் கூர்மையாயிற்று. இப்பேர்ப் பட்ட பெண்மணியை இப்படியும் பார்ப்போமோ என்ற பிரமையை வீழ்த்தினார். அன்று, அக்டோபர் 31, 1984.

மேடையின்மீது சலனமில்லாமல் படுத்திருந்த பிரதமரின் கடைசிச் சடங்குகள் ஆரம்பமாயின. இளம் பிரதமர் மகன் ராஜீவ் காந்தி, கையில் தீப்பந்தத்தை ஏந்தியவாறு, தாயை ஏழுமுறை சுற்றி வந்து, ஒவ்வொருமுறையும் தீப்பந்தத்தால் தாயின் உச்சியைத் தொட்டு, பிறகு தகனத்திற்கு அக்னி வைத்தார். சடலத்தின்மீது சீராக அடுக்கிவைத்திருந்த சந்தன மரக் கட்டைகளிலிருந்து புகை எழும்பி மெல்லப் பெருகி, சூழ்ந்துகொண்டது. புரோகிதர்கள் வேதத்தைப் பொழிந் தார்கள். பிரவாகம்போலப் பெருக்கெடுத்தன தத்துவங்கள். சாவு மட்டுமே நிச்சயம். வாழ்வதுதான் அநித்தியம். வாழ்க்கை ஒரு மாயை. அக்னியே! மானிட உடலைத் தீண்டி, அதற்கு விடுதலையளிப்பாய். ஆன்மாவைச் சிறைப்படுத்திய உடம்பை விடுவித்து, இயற்கையின் மூலப்பொருள்களுடன் கலந்து அதற்கு மோட்சம் அடைய உதவுவாய்...

'சடசட'வென்று அக்னி சீறியபடிப் பெரிதாகிக் கொண்டே போயிற்று. அதில் உருக்கின நெய்யை ஊற்றினார்கள். அதை உண்டு கொழுத்த ஜ்வாலைகள் பொன்னிறச் சீற்றத்துடன் எழும்பி, தீ நாக்குகள் இன்னும் உயரே வானத்தை நக்கின. அனற்கொழுந்து இந்திராவைச் சூழ்ந்து, விழுங்கிக்கொண் டிருந்தது. இந்திரா, 'ஸெக்யூலர்' இந்தியாவைப் பற்றி நீங்கள் கண்ட கனவுகள், எங்களுடைய கனவுகளுடனும் சேர்ந்து, தீயால் சுட்டுப் பொசுங்கி ஆவியாகின. மூர்க்க, மூடர்களான உங்களுடைய காவல்காரர்களின் கையாலேயே மாண்டீர்கள்.

எரியும் தாயை ஆடாமல், அசையாமல் கைகளைக் கட்டிக்கொண்டு பார்த்தவாறே நெருப்புப் போல நின்றார் மகன் ராஜீவ் காந்தி. அவர்மீது ஒரு அடக்கமான சோகம் மெல்லிய போர்வை போலப் போர்த்தியிருக்க, இந்தத் துக்கத்தின் நடுவே அவருடைய கம்பீரம் எல்லா மேன்மை வாய்ந்தவர்கள் அயல்நாட்டுக் கௌரவ அதிதிகள் உள்பட – மனத்தையும் ஈர்த்துக் கவர்ந்தன. கதறி, ஓலமிடும் ஜனங்கள் நடுவே தனித்து, ஏகாந்தமாய் நின்றார். நமக்கு நெருங்கின ஒருவரை சாவு தீண்ட வேண்டும். அதைவிட ஆழமான கல்வியே வேண்டாம்... போவதற்குமுன் முழுமூச்சுடன் செய்ய வேண்டியதெல்லாம் செய்தார் இந்திரா. கடைசியில் எத்தனைதூரம் போகமுடியும் என்பதைச் சொந்த அனுபவ ரீதியில் இருவரும் – தாயும், மகனும் – உணர்ந்தார்கள்.

தகனத்தில் விடுதலை பெறும் தாயுடன் இந்த ரகசியத்தை மௌனமாய்ப் பகிர்ந்துகொண்டார் ராஜீவ்.

மறுநாள் அதிகாலையில் அஸ்தி. பிரதமரைத் தகனம் செய்த மேடையில் ஈமக்கிரியைகளைச் செய்தார் இளம் பிரதமர் ராஜீவ் காந்தி. சாம்பலைச் சுற்றி வந்து, அதில் தண்ணீரையும் பாலையும் தெளித்து, அதைத் தாமிரக் குடத்தில் அள்ளி, குடத்தின் கழுத்தைச்சுற்றிப் பூச்சுடலை வளைத்தார்கள். குடத்தைத் தூக்கும் அவர் முகத்தில் அதே துல்லியமான சோகத்தின் போர்வை.

மேடைக்குப் பின்னால் அதிகாலையின் இருட்டுக் கீழ் வானம் இப்போது மெல்ல வெளுக்கத் தொடங்கியது. நேற்று மாலை இந்திராவின் மானிடச் சரீரத்தைத் தகிக்கும்போது சூரியன் அஸ்தமிக்க, இன்று காலை சாம்பலைவிட்டுச் சூரியனுடன் எழும்பிய இந்திரா புனர்ஜன்மமெடுத்தாரோ? பெண்களுக்குத் திலகம் போலத் துலங்கிய இந்திராவை அளித்த இந்திய மண், மீண்டும் புனருத்தாரணம் எடுத்து இன்னொரு பெண்ணை அருள இன்னும் எத்தனை வருடங்கள், யுகங்கள் காத்திருக்க வேண்டும்?

தொலைவில் கடுமையான உத்தரவையும் மீறி அதே கரகோஷம் – இரண்டு நாட்களாகத் தலைநகரில் ரீங்காரமிட்ட கரகோஷம் – மங்கலாக, ஆனால் அயராமல் கேட்டன.

ஜப்தக் ஸூரஜ சானத ரஹேகா
இந்திரா தேரா நாம் ரஹகா

மற்றொரு ஆவேசக் கரகோஷம் அடுத்த நாளே ரத்தம் உறையும்படி எழும்பியது.

ஸர்தார் கோ மாரோ
ஸர்தார் மகான் கோ ஜலாதோ!

***

"மகான்" – வீடு

ஸர்தார்கள் சொந்தக் காசில் ஆசையாகக் கட்டின சொந்த வீடுகளைத்தான் இந்த வெறிவேட்டையில் பொறுக்கி யெடுத்து, கழுகைப் போலப் பாய்ந்து தாக்கினார்கள். வெறுப்புக் காட்டுத் தீயாகப் பரவ, பாதுகாப்பை எதிர்பார்த்து வீட்டிற்குள் ஒளிந்து கொண்ட உயிர்களுக்கு அடைக்கலம் தரமுடியாமல் வீடுகளே தீயின் வெறியில் மறைந்தன. ஒசத்தி யான சிமெண்டும் பளபளவென 'வார்னிஷ்' செய்யப்பட்ட

தேக்குமரக் கதவுகளும் ஜன்னல்களும் பெயிண்ட் அடித்த சட்டங்களும் சுத்தமாகத் தேய்த்துத் துலங்கிய கண்ணாடி ஜன்னல்களும் எல்லாவற்றின் மீதும் மண்ணெண்ணெயை வாரி இறைத்தார்கள். கூடவே மினுமினுவென்று துடைக்கப் பட்ட கார்கள்மீதும் எண்ணெயை இறைத்தார்கள். பிறகு அலட்சியமாகப் பற்றவைத்தார்கள்! மனிதனின் விருப்பு – வெறுப்பின் குழப்பங்களைத் தாங்கிக்கொண்டு கரும்புகை மண்டலங்கள் மேலே எழும்பி, குழம்பிச் சுழன்றன. தலைநகரின் தொடுவானம் ஆங்காங்கே இருண்டது.

'ஸர்தார்களின்' சொந்த வீடுகள் முகத்தில் கரியைப் பூசிக்கொண்டு நிர்வாணமாய், ஆதரவற்று நின்றன. தீயால் தீண்டப்பட்ட சொந்தக் கார்கள் வெறும் திராபையான, வளைந்த தகடுகள் போலப் பரிதாபமாக முறுக்கிக்கொண்டு கிடந்தன. வீடுகளின் சொந்தக்காரர்கள் தங்கள் ஜாதியை, வம்சத்தைச் சிலுவையைப் போலச் சுமந்துகொண்டு, எரியும் தம் வீடுகளைப் பார்த்து ஸ்தம்பித்து நின்றார்கள். வேறு சிலர் ஸர்தார்களை உயிரோடு கொளுத்தித் தள்ளினார்கள். இந்திரா, உங்கள் தகனத்துடன் தேசத்தில் நூற்றுக்கணக்கான மக்கள் உடன்கட்டையாக எரிந்து மடிந்தார்கள்! எப்படி விடிந்தது அந்த அக்டோபர் *31, 1984*! பிறகு, விறுவிறுவென்று மாலைக்குள் நாள் எப்படி அசிங்கமாக நிறம் மாறியது. அதற்கு ஒரு அவலமான உதாரணம் அன்று மாலை ஏலம்போன செய்தித்தாள்களின் மாலைப் பிரதிகள். முப்பததைந்து பைசா விலைமதிப்பான பேப்பர்களைக் கூக்குரலிட்டு விற்றார்கள்.

"ரூ. *1*! இந்திரா காந்தி கொலை செய்யப்பட்டு மாண்டார் ரூ. *1*!"

"ரூ. *2*/!"

"ரூ. *3*/!" என்று, இடையிடையே போட்டிபோடும் மற்ற விற்பனையாளர்களைப் பார்த்து விகாரமாய்ச் சிரித்தபடி, கூவிக்கொண்டே போனார்கள்.

தலைநகரின் கலகம் கொஞ்ச நாட்களுக்குப் பிறகு ஓரளவு அடங்கியது. இருபது நாட்கள் 'ப்ரிவிலிஜ்' லீவ் வாங்கிக்கொண்டு அரவிந்துடன் மைசூர் போய் அம்மா, அப்பாவைப் பார்த்து விட்டு வரலாம் என்று திட்டமிட்டேன். சங்கருக்கு லீவ் எடுக்க முடியவில்லை. அப்படியே, சங்கரின் சார்பாகச் சிதம்பரத்தில் இருக்கும் அவருடைய அண்ணன் ஜகந்நாதனை யும் வத்ஸலாமன்னியையும் பார்த்துவிட்டு வரவேண்டும்

***

சிதம்பரத்தில் ரமாவின் பிறந்தகம், புக்ககம் இரண்டுமே இருந்தன. அவர்களுக்காக ரமா ஏகப்பட்ட சாமான்களை வாங்கி என்னுடன் அனுப்பியிருந்தாள். அந்தச் சாமான்களை ஒன்றுவிடாமல் மறக்காமல் பெட்டியில் வைத்துக்கொண் டேன். எப்பேர்ப்பட்ட பெண் இந்த ரமா! அவளைப் பற்றி நினைத்துக்கொண்டாலே தொண்டை அடைத்துக்கொள்கிறது. கோழைத்தனமும் பேடித்தனமும் குடிகொண்டிருக்கும் தன் அப்பாவிற்கு, மூளைக் கோளாறின் அறிகுறிகள் கொண்ட அம்மாவிற்கு, மற்றும் ஏராளமான கசப்பு நினைவுகளை அள்ளித் தெளித்திருந்த புக்ககத்தினருக்கு, ரமா தான் உழைத்துச் சம்பாதித்த பணத்தால், ஏதேதோ தேவைப்படும் சாமான் களைத் தாராளமாகச் செலவுபண்ணி, வாங்கியனுப்பியிருந் தாள். இத்தனை நடந்தபின்னும் அவள் ரத்தத்தில் ஊறும் இந்த ஆழமான குடும்பப் பாசம் இன்னும் வற்றவில்லை. அவள் குடும்பத்தினரின் நெஞ்சழுத்தமும் நெறிதவறிய நடத்தை யும் இன்னும் அவள் மனத்தை முழுக்கச் சாகடிக்க முடிய வில்லை. இத்தனை கசப்பு அனுபவங்களுக்கும் இடையே ஏதோ ஒன்று அவளிடம் இன்னும் பசுமையாகவே இருக்கிறது. தனக்கு நேர்ந்த துரதிர்ஷ்டத்தை, இழப்புகளை, வலுவுடன் ஏற்றுக்கொண்டு ஒன்றுமே நடக்காததுபோலப் போகும் அவள் போக்கு ... இதையெல்லாம் தெரிந்த எனக்கு நெஞ்சைப் பிழியும், சங்கரின் மனத்தை நெகிழவைக்கும். எனக்கு மட்டும் எழுதத் தெரிந்தால்? ரமா, ஷீலா – நீங்களாவது எழுத்தாளர் களாக இருப்பதன் பேரில் சொல்ல முடியாததை, அல்லது சொல்லக் கூடாததை உங்கள் குரல்வளையை அழுத்தவிடாமல், ஓரளவாவது எழுத்தில் நழுவிக்கொள்ளலாம். ஆனால் நான்?

என் மனமே என்னமா கனக்கிறது? சமயத்தில் அணைக் கட்டு உடைந்து பெருக்கெடுக்குமோ என்று அச்சுறுத்துகிறது. உதாரணமாக இந்தப் புதிர் போன்ற பிரவாகமெடுக்கும், அமைதி குலையும் அன்பு. இந்த இருபதாம் நூற்றாண்டில் – இருபத்தொன்றாம் நூற்றாண்டை எட்டிப்பார்க்கும் தருணத்தில் – ரமாவைப் போன்ற படித்த பெண்களை, நல்ல, நல்ல வேலைபார்க்கும் பெண்கள் படும்பாட்டைப் பார்க்கச் சகிக்கவில்லை. இதைச் சுலபமாகப் புரிந்து கொள்ளலாம். ஆனால் எதற்கு யார் யாரையோ பார்த்துப் பிரயோஜனமில்லாத வகையில் இந்தக் கழிவிரக்கம்? சில அழிந்துபோகும் ஏழைகளைப் பார்த்து, வேறு சில ஆண்கள் பெண்களை வதைப்பதைப் பார்த்து, ஏதோ ஒரு புலப்படாத பயமும் தற்காப்பு உணர்ச்சியும் தூண்டச் சில ஆண்கள் பெண்களை வதைப்பதைப் பார்த்து, அனாதைகள் போலத்

தெருவில் போகும் சாதாரண இந்தியப் பிரஜைகளைப் பார்த்து ஒரேயடியாகச் சரியும் என் மனம். பேர், முகம் தெரியாதவர்கள். அப்படியே பரிச்சயம் ஆக நேரிட்டாலும், கடைசியில் நான் இவர்கள் கையாலேயே புண்பட நேரலாம், வெவ்வேறு விதத்தில் அடிவாங்க நேரலாம் என்றாலும், ஏதோ ஒன்று என் அனுமதி பெறாமலேயே மெத்தென நெகிழ்ந்துகொள்ளும். இத்தனை வயதானதற்கு அறிகுறியாக, இதை நான் ஒருவகையாக மறைத்துக்கொள்ளக் கற்றுக்கொண் டிருக்கிறேன். என் உணர்வுகள் எனக்குள்ளாகவே ஒரு ரகசிய விஷ ஜுரமாய் காய்ந்து, என் சருமத்தைச் சூடாக்கி, உள்ளூர ஜன்னி பிடித்தாற்போல என்னை நடுக்க, ஒரு 'சாதாரண'ப் பாவனையை முகமூடியாய் மாட்டிக்கொண்டு சமாளிக்கிறேன். எழுத்தாளர் அல்லாதவர்கள் என்ன செய்ய முடியும்? என்ன செய்கிறார்கள்? அப்படித்தான் எழுத முயன்றாலும், விமோசனம் கிடைத்துவிடப் போகிறதா என்ன?

என் சாமான்களைப் பெட்டியில் எடுத்து வைத்துக்கொண் டேன். வெளியேறும் வழியில்லாமல் தலையைக் கனத்த எண்ணங்களை இறக்கிவைத்தேன். இன்னும் இரண்டு நாட்களில் அரவிந்தும் நானும் மைசூர்க் காற்றைச் சுவாசிப் போம். தாத்தா வீட்டின் பாகப் பிரிவினைக்குப் பிறகு இப்போது தான் இரண்டாம் முறையாக மைசூர் போகிறேன். அப்பா வாங்கியிருக்கும் அந்தச் சிறிய 'சைட்டை'ப் (நெருப்பு பெட்டி என்று அவர் குறிக்கும் சைட்டை) பார்க்க வேண்டும். பிறகு மீண்டும் ஒருமுறை தாத்தாவின் ஆவிபடர்ந்த அந்த அருமை யான வீட்டை, அதற்கென்று ஒரு தனி 'முகம்' கொண்ட உருவத்தைப் பார்க்கணும். கன்னட கவி ஓய்லிகோல் இயற்றிய,

"உதயவாகலி நம்ம, செலுவ கன்னட நாடு" என்ற இனிமை யான கன்னடத் துதிப்பாடலை அதிகாலையில் போட்டுக் கேட்கணும்.

8

“அம்மா, இங்கே எப்படிக் கிணறுபோல வெச்சிருக்கா இந்தப் பெரிய பாத்திரத்தை?” என்று சிமெண்டில் புதைத்த அண்டாவின் மீது ‘டக்! டக்’ என்று தட்டிக் கேட்டான் அரவிந்த். அண்டாவிலிருந்து வாளியில் வெந்நீரை இறைத்தபடி சொன்னேன்.

“அது பேர் அண்டா அதை இப்படி உட்கார வைத்து, அதைச் சுற்றி சிமெண்டைப் பூசியிருக்கிறார்கள்.”

“ஹா!” என்றவன், மண்டியிட்டுக் குனிந்து, மிகுந்த ஆச்சரியத்துடன், அண்டாவின் கீழே பற்றி எரியும் விறகுக் கட்டைகளைப் பார்த்தான். நிமிர்ந்தவன் மேல் தண்ணீரை மொண்டுவிட்டு, குளிப்பாட்டி, துவட்டி விட்டேன். அப்பாடி, என்ன சௌகரியமான பெரிய குளியலறை, மைசூரில். கை, காலை நீட்டித் தாராள மாகக் குளிக்கலாம். தில்லி கட்டடக் கலைஞர்களுக்கு பாத்ரூம் கட்டும்போது மட்டும் எங்கிருந்தோ திரட்டியடித்துக்கொண்டு கருமித்தனம் வந்துவிடும். ஒவ்வொரு குளியலுக்கும் உடம்பைக் குறுக்கிக்கொள் ளாமல் இருந்தால் கை, கால், நகம், முகம் சிராய்ந்து போகும்.

அரவிந்தின் உடம்பைத் துடைத்து, பவுடர் தூவி, சட்டை போட்டு வெளியே அனுப்பிய பிறகு குளியல றையைச் சுத்தப்படுத்த முயன்றேன். உயரே ஒரு திறந்த பரணமேல், ஒரு சட்டத்தில் வரிசையாக விறகுக் கட்டை கள் அடுக்கிவைக்கப்பட்டிருந்தன. பிச்சைக் காசு போல மலிவாக வாங்கி வைத்திருக்கும் இந்த விறகுக் கட்டை களின் துணையுடன்தான் கடைசியில் நம் உடம்பை

விட்டு உலகைத் துறக்கப் போகிறோம். ஏனோ இந்த விறகுக் கட்டைகளைச் சாதாரணக் கண்களுடன் பார்க்க முடிய வில்லை. குளியலறை பூரா படர்ந்து தேங்கி நின்ற நீராவியும் வாசனை சோப்பின் நறுமணத்தையும் மீறி நுழைந்து பின்னிக் கொண்டு வந்தன இந்தப் போர்த்தெடுக்கும் எண்ணங்கள். இவை நினைவளவில் வரலாம். ஆனால் சொல்வழியில் வெளியே வரக் கூடாது என்ற ஒரு பொதுவான அனுஷ்டான நிர்ப்பந்தம். எண்ணங்களின் உடன்பிறந்த அந்தரங்கத் தன்மையைப் போற்றும் கட்டாய நிலைமை.

இந்த விஷயத்தை எழுத்தில் சேர்த்து ஈடுபட்டிருக்கும் ரமாவுடனும் ஷீலாவுடனும் எழுதாத நான், அடிக்கடி பகிர்ந்து கொண்டிருக்கிறேன். சொல்ல முடியாததை எழுத்தில் சேர்த்துக் கொள்கிறோம் ஆனால் அதிலும் ஏராளமான வரையறைகள் கொண்ட, வரம்புக்கு உட்பட்ட சுதந்திரம்தான் கிடைக்குமென்று இருவரும் சொல்வார்கள். பொதுவாகவே இப்படியென்றால், நாங்கள் ‘பெண்கள்’ என்பதைச் சதா நினைவூட்டும் இலக்கிய அறிஞர்களுக்கு எழுத்திலும் பெண்கள் ‘இங்கிதம்’ கொண்டுவர வேண்டியிருக்கும் என்பார்கள், ரமாவும் ஷீலாவும்.

அன்று ஒரு நாள், ரமாவுடைய உத்தியோகத் தோழர்கள் வேறு சில பிரிவின் பேராசிரியர்கள், ஆசிரியர்கள் நடுவிலும் இதே விஷயம் கிணறு வெட்டப்போன பூதமாய்க் கிளம்பியது எனக்குப் பசுமையாக நினைவிற்கு வந்தது. சமீபத்திய உளவியல் ஆராய்ச்சியின்படி, இந்த விஞ்ஞானக் காலப் பிரிவில், பெரும்பான்மையாகப் படித்தவர்கள், ‘அறிவுஜீவிகள்’ என்று குறிப்பிடப்பட்டவர்கள், விஷயங்களைப் புத்திசாலித் தனத்துடன் அலசிப் பேச, வேறு வழியின்றி, “தனிமொழி”யாடுவ தாகவும், அதாவது தமக்குள் தாமே பேசிக்கொண்டு தனிமையை விரட்டப் பார்க்கிறார்கள் என்றும் சில உண்மைக் கூறுகள் தெளிந்து வந்தன. சிலர் விவரித்தார்கள் – விஞ்ஞானத்தில் விரிவடைந்து உலகம் பெருகிக்கொண்டே போகப் போக, மனிதன் எதிரிடையாகச் சிறுமைப்பட்டுப் போனான் என்றும், குறிப்பாகப் பெரிய பெரிய தலைநகரங்களில் அறிவு ஜீவிகளின் மனத்தை ஏகாந்த உணர்வு இம்சிக்க, அர்த்தமுள்ள உரையாட லுக்குப் பட்டினிபோடும் செயற்கையான சமூகத்தில், இவர்கள் கடைசியில் தங்களையே துணையாகத் தேடிக்கொண்டு ‘தனிமொழி’யாடும் விசித்திரப் பழக்கத்தைக் கையாளுகிறார்கள் என்றது உளவியல் ஆய்வு. அப்பொழுதுதான் எழுத்திலும் இதனுடைய பாதிப்பு உண்டு என்பதை அவர்களுக்கெல்லாம் ரமா விளக்கினாள்.

"அரவிந்தைக் குளிப்பாட்டியாச்சா காயத்ரி?" என்னைக் குலுக்கிப் போட்டது. திறந்த கதவிலிருந்து எட்டிப் பார்த்த அம்மா: "வா, பாத்ரூமைச் சுத்தம் செய்ய வேண்டாம். வேலைக் காரி செய்வாள்" என்றாள்.

"இதோ வரேன்."

இந்தச் சின்ன வாடகை வீட்டில் அம்மாவும் அப்பாவும் இதில் நிம்மதியாக இருந்து வந்தார்கள். வீடு சிறிய அளவில் இருந்த பின்னும், நிலமட்டத்தில் சுற்றிலும் அப்பா சிரத்தை யுடன் வளர்த்த இந்தக் கச்சிதமான தோட்டச் சூழலுடன், அங்கு ஒரு குளுமையான சாந்தம் துலங்கியது, மாலை முழுக்கத் தோட்டவேலையில் திளைத்தபின், இருட்டின பிறகு முழங்கை, கால் எல்லாம் மண்பூசி, பின் தாழ்வாரத்திற்கு வந்து "மீனாட்சி?" என்று குரல் கொடுப்பார் அப்பா.

"வரேன், செத்த இருங்கோ" என்று வாய்மட்டும் சொல்ல, அம்மா பின்கட்டிற்கு விரைவாள். குளியலறை அண்டாவி லிருந்து வெதுவெதுப்பான வெந்நீரை அப்பாவின் கை, கால்கள், மற்றும் மண்வெட்டிகள்மீது வாரி இறைத்தபடித் திட்டுவாள்.

"ஐய! என்ன இப்படித் தினமும் அழுக்குப் பண்ணிக் கொண்டு . . ."

"அதான் நன்னா அலம்பிக்கொண்ட பிறகுதானே உள்ளே வரேன், மீனாட்சி."

"போதும் போங்க, குழந்தை மாதிரி மண்ணுலே விளையாடிக்கொண்டு" என்று வாய் மட்டும் சொல்லும் அம்மாவின் உதட்டோரத்தில் புன்னகையின் கீற்றுப் படியும். இந்தக் காட்சியைப் பார்க்கும் எனக்கு இனம் தெரியாததொரு நிம்மதி மனத்தில் குடிகொள்ளும்.

அமைதியாய் ஆபீஸ் போய்த் திரும்பும் அப்பா. இந்தச் சின்னஞ்சிறு வீட்டின் தேவைகளைக் கவனிப்பதிலேயே திருப்தி யடையும் அம்மா. இவர்களுடைய எளிமையான சந்தோஷங் களை, விருப்பு – வெறுப்புகளைக் கொள்ளும் கொள்கலம் இந்த வீடு. இதை உணர்ந்த பிறகு, சொத்து, மரபுரிமை என்ற வழியில் இவர்கள் இழந்த இழப்புகளைப்பற்றி எனக்கு எடுத் துரைக்க என்ன உரிமை இருக்கு என்று ஒரு சின்ன குரல் சொல்லிற்று.

“அம்மா, இன்று மாலை ஒரு நடை தாத்தாவின் வீட்டுப் பக்கமாய்ப் போய் வரலாம், வரயா?” என்றேன். பதிலுக்கு ‘களுக்’கென்று சிரித்தாள்.

“என்ன சபலம் உனக்குக் காயத்ரி. தாத்தா வீட்டை எத்தனை முறை பார்ப்பே?”

“இன்னும் ஒரு தடவை மா, ப்ளீஸ்! அப்புறம் நாங்க சிதம்பரம் பார்க்க சென்னை கிளம்பணும்.”

மாலை மறுபடியும் பிடிவாதமாய் அந்த அழகான வீட்டை வெளியிலிருந்தே பார்த்தேன். அந்தியின் அரை இருளிலும், வெளிர்நீலப் படலம் சூழ, குத்துவிளக்கைப்போல் அடங்கிய ஒளி வீச, பசுமையான தோட்டத்தின் நடுவே மெத்தென்று புதைந்த மாணிக்கம் போல வீற்றிருந்தது “ரிட்ரீட்”. ‘ரிட்ரீட்’ என்றால் தஞ்சம், பார்த்தமட்டில் மனத்தைச் சாந்தப்படுத்தும் அதன் குளுமையான வசீகரம். அதற்குள் ஆண்டுக் கணக்காய் வசித்த மனிதர்களின் ஆவி கூரையிலும் சுவர்களிலும் தரையிலும் இறங்கி வீட்டிற்கு மெருகூட்டுகிறதா? இதற்குள் ஓடி விளையாடிய எனக்கு, தொட்டு உணரக்கூடிய திடப்பொருளாக இருந்த இந்த அருமையான வீடு, என் விலா எலும்புக்குள் காற்றுப் போலப் புகுந்து ஆவியாயிற்று. இப்போது எட்டி நிற்கும் ஒரு பற்றற்ற கனவுபோல விலகி நின்றது.

“ஏய் காயத்ரி! போதும் விளையாடினது. உள்ளே வா, சொல்றேன்!”

“. . .”

“காயத்ரி, உன்னைத்தானே? இப்போ உள்ளே வரயா, இல்லே . . .”

“வரேன் பாட்டி. வரேன் ஒரு நிமிடம்.”

பதிலுரைத்த அந்தச் சிறுமி, கடைசியில் வீட்டிற்குள் போவதற்கு முன், வெளியே எல்லா வஸ்துக்களிடமும் விடை பெற்றுக்கொண்ட பிறகுதான் போவாள். கூட்டை நோக்கிப் பறக்கும் பறவைகளிடம், தோட்டத்தில் பரிச்சயமான பூச்சி புழுக்கள், ஜந்துக்களிடம், அவர்கள் வாழும் ரகசிய வாழ்விடம்.

எது புழு? எது பழம்?—என்று கண்களைக் குழப்பும் அனுபவம் அந்தப் பக்கவாட்டில் இருக்கும் முசுக்கட்டை மரம். அதன் அடர்த்தியான வண்ண இலைகளுக்கிடையே

'மல்பரீஸ்' (Mulberry) என்ற கம்பளிப் பூச்சி பழம் 'ஜாம்' போலத் திண்மையுடையது. இந்தப் பழத்தைப் போலவே உருவம் கொண்ட பட்டுப் புழு கிளைகள்மீது மெல்ல ஊர்ந்து செல்லும். அதைப் பறிக்கக் காயத்ரி கையை நீட்டும்போது பழம் புழுவாக நெளியும்.

'ஐயோ, அம்மாவ்!' என்று திடுக்கிடுவாள் காயத்ரி. பிறகு கொல்லைப்புறத்தில் பலா மரத்திடம், சப்போட்டா மரங்களிடம், உருண்டையான பொம்பளிமாஸ் பழங்களிடம், எப்போதும் அதிசயமூட்டும்படி இருக்கும் 'பன்னீர்ப் பழம்' என்று சொல்லப்படும் 'குடம்' போல உருவம் கொண்ட பழம். அதன் முனையில் மெல்லிழைவான மயிர்கள் போன்ற கொத்து . . .

'அட! எவ்வளவு மென்மையாக, பவுடர் 'பஃப்' போல இருக்கே!' என்று வியப்பாள்.

ஒரு இனிமையான சகாப்தமே முடிந்தாற்போல இருந்தது. என் மனநிலையைப் புரிந்து கொண்டாற்போல அம்மா தாழ்ந்த குரலில் சொன்னாள்:

"காயத்ரி, உனக்கு ஏன் கிடந்து இப்படி அடித்துக் கொள்கிறது? பெண்ணான எனக்கு இந்த ஆஸ்தியில் பங்கு கிடையாது என்ற சட்டத்தை ஒரு இயற்கையான மரபு என்று ஏற்றுக்கொண்டு உன்னையே கொஞ்சம் தளர்த்தி விட்டுக் கொள்ளேன். வாழ்க்கையை உனக்கே சற்றுச் சுலபமாக்கிக் கொள்ளேன்."

அந்த அரையிருட்டிலும் அம்மாவின் களையான முகப் பொலிவு பளிச்சென்று தெரிந்தது. திருத்தமான மூக்கின்மேல் பொருந்திய நீரோட்டமான ஒற்றைக்கல் வைர மூக்குத்தியின் ஒளி அவளுடைய சீரான வெண்மையுடைய பல்வரிசையுடன் போட்டி போட்டது. ஆனால் இதையெல்லாம் கவனித்த எனக்கு என்னமோ ஆத்திரம்தான் வந்தது.

"அம்மா, ஏன் இப்படி உனக்கே குழிதோண்டிக் கொள்வது மட்டுமல்லாமல், அந்தக் குழி ரொம்பச் சௌகரியமாகவும் இருக்கிறதாகப் பாசாங்கு பண்ணறே? நீ சொல்வதில் என்ன நியாயம் இருக்கு? ஆஸ்தியில் பங்கு இல்லை என்றால் பிறகு ஒரு பெண்ணிற்கு என்னதான் கிடைக்கிறதாம்?" என் வார்த்தைகளின் சீற்றத்தைக் கட்டுப்படுத்த முயன்றேன்.

“பெண்ணுக்குக் கல்யாணத்தின்போது ‘ஸ்திரீதனம்’ கிடைக்கிறது. சம்பாதிக்கும் ஒரு கணவன். கூட அவளுக்கு அளிக்கப்பட்ட கல்வியும் ஒரு துணை.”

“அதைவிடச் சிரத்தையாக, இன்னும் நிறைய் செலவு பண்ணிப் பிள்ளையைப் படிக்க வைக்கிறார்களே? சரி, நீ சொல்லும் அந்தச் ‘சம்பாதிக்கும்’ கணவனைத்தான் வைத்துக் கொள்வோம். அவன் தரும் வீடு ஒரு மத்தியவர்க்க வாடகை வீடாகவும் அவன் கொண்டுவரும் சம்பளம் ஒரு மத்தியவர்க்கச் சாதாரணச் சம்பளமானால், அந்தப் பெண் வீடுகட்ட எங்கிருந்து பணம் திரட்டுவாளாம்?” என்றேன். எனக்கு மூச்சு இரைத்தது.

“காயத்ரி, ஒருவேளை ‘சாதாரணச் சம்பளக் கணவர்’ என்று உன் அப்பாவையே பூடகமாய்க் குறித்துச் சொல்கிறாயோ என்னமோ, என்னால் தீர்மானமாக ஊகிக்க முடியவில்லை. சரி, நீ சொல்வது போலவே வைத்துக்கொள்வோம். இருவருமே போராடி, கஷ்டப்பட்டு ஒரு குடிசையே கட்டிக்கொண்டாலும், அது மனத்திற்கு நிம்மதி கொடுக்கும் இடமானால் அதுவே ஒரு வீடு” என்றாள் அம்மா, உறுதியாக.

“அதைத் திருப்பிப் போட்டும் சொல்லலாமே? இதோ இந்த “ரிட்ரீட்” இருக்கே. இதன் கூரையின் கீழே படுத்துக்கொண்டால் போதும். கண்களைப் பட்டுப்போலக் குளுமைப்படுத்தி, இமைகளை மெத்தென்று அழுத்தி, தூக்கத்திற்குள் வழுக்கிக் கொண்டு போகும்” என்றேன். என் முதுகைப் பின்னால் தன் கையால் வளைத்துப் போட்டு அணைத்தபடிச் சொன்னாள் அம்மா:

“தெரியும்டி குழந்தே. எனக்குத் தெரியாதா எங்கப்பா வீட்டின் சுகம்? சகாப்தம் முடிந்தாயிற்று. இப்ப விட்டுத்தள்ளு. உனக்குக் கிடைத்த டி.டி.ஏ. ஃப்ளாட்டைக் கச்சிதமாக வைத்துக் கொண்டு, சந்தோஷமா இரு. மனசுதான் முக்கியம்” என்றாள்.

எப்படி அம்மாவால் இவ்வளவு எளிமையாக கணக்கிட முடியறது? டி.டி.ஏ. ஃப்ளாட்டின் மாடி வீட்டில், மண்தரையில் பாதம் பதிக்க முடியாமல், சுற்றிலும் பெயருக்குக்கூட ஒரு பச்சை நிறம் இல்லாமல் உள்ளம் பதைபதைத்துப் போகும் என்பதை அம்மாவிற்கு எப்படிப் புரியவைப்பது? பேசாமல் இருந்தேன்.

“சரி வா, போவோம், நாழியாகிறது. நாளைக்கு நீ சென்னை கிளம்ப வேண்டுமே? வா, வீட்டிற்குப் போய் உன் கொழுந்தர்

குடும்பத்தினருக்கு எடுத்து வைத்த பட்சணங்களைக் கட்டி வைப்போம்" என்று அம்மா துரிதப்படுத்தினாள்.

"சரிம்மா"

"ரமா கொடுத்தனுப்பிய சாமான்களை மறுபடியும் நன்னா பேக் பண்ணாயா?"

"ஹூம்"

"பாவம் அந்தப் பெண், துரதிருஷ்டக் கட்டை!" என்ற அம்மா தொடர்ந்து "ஆனால் ஒரு அதிசயம் பாரு. இத்தனை கஷ்டங்கள் நடுவே, வேலை பார்த்து, இரண்டு குழந்தைகளைக் கட்டி மேய்த்து, பிறகு எழுதறாள்! தேவி பராசக்தி, அந்தப் பெண் குழந்தைக்குச் சக்தி கொடு! வா சீக்கிரமா போகலாம்".

9

சிதம்பரத்தில் என் கொழுந்தர் ஜகந்நாதனின் (சங்கரின் அண்ணாவின்) வீடு முன்போலவே இருந்தது. சின்ன தோட்டத்தில் பூஜைக்கு வேண்டிய மலர்கள் பூக்கும் செடிகள். கொல்லையில் வாழை. நடுவே சின்னஞ் சிறு வீடு. அதைக் கொள்ளாமல் பொங்கி வழியும் அன்பு மனிதர்கள்.

சாப்பாடு முடிந்து முன் அறையில் உட்கார்ந்திருந் தோம். ரயில் அலுப்பால் அரவிந்த் கீழே விரித்திருக்கும் பாயில் அயர்ந்து தூங்கிக் கொண்டிருந்தான். அந்த வெப்பத்தின் மேலே மின் விசிறி பிரயோஜனமில்லாமல் சுழன்று கொண்டிருந்தது. அரவம் அடங்கிய பகல் நேரத்தில் சிதம்பரமே கண்ணயர்ந்து கிடந்தது. கடிகாரம் மூன்றடித்து ஓய்ந்தது.

"அட, அதற்குள் மணி மூன்றா? ரமா வீட்டாரைப் பார்க்கணும் என்றாயே காயத்ரி? இரு, காப்பி கலக் கறேன்" என்றபடி எழுந்தாள் வத்ஸலா மன்னி. நானும் எழுந்து தலைமயிரை அவிழ்த்து விட்டுக்கொண்டு சமையலறைக்கு மன்னியைப் பின் தொடர்ந்தேன்.

"நேற்றுத்தான் கோவிலில் ரமாவின் அம்மா மது ரத்தைப் பார்க்க நேர்ந்தது" என்றாள் மன்னி, பாலைச் சூடாக்கியபடி. "ஆ, கோவில்! எப்படியும் ஏழு மணிக்குள் வந்துடறேன், மன்னி. எனக்குக் கோவில் போகணும்."

"நன்னாயிருக்கு! கோவிலுக்கு அழைத்துப் போகாமல் உன்னை யார் தில்லிக்கு அனுப்பப் போறா? அது சரி. மதுரத்தைப் பார்த்தேன் என்றேனே. நாளைக்குக் காயத்ரி வரா. ரமாவிற்கு ஏதாவது சாமான் இருந்தால் தில்லிக்குக் குடுத்தனுப்புங்கோ என்றேன். சும்மா

கல்லுபோல என்னை வெறிச்சுப் பார்த்து, தலையாட்டினாள். ச்சு! அந்தப் பெண்ணிற்கு எப்படியொரு அம்மா!" என்றாள் மன்னி.

"அவள் அப்பா மட்டும் என்னவாம்? ஏதோ ஒரு பலவீன மான பொம்பளைபோல, ஹீனஸ்வரத்தில் உறுதியற்றுப் பேசுவார்" என்றேன்.

"ஐய, சுயமூளையே இல்லாமல் ஊசலாடுவார் அந்தச் சதாசிவம்" என்றாள். நான் காப்பியை உறிஞ்சினேன். தொடர்ந்து மன்னி:

"போறாத குறைக்கு, புக்ககமும் சரியாக அமையலை. பிடாரி போல ஒரு மாமியாருக்குச் சரியாக, நெஞ்சழுத்தமும் வஞ்சகமும் கொண்ட ஒரு மாமனார்" என்றாள் மன்னி. நான் உடைமாற்றிக் கொண்டு, ரமா கொடுத்த இரண்டு பெரிய பேக்கெட்டுகளை எடுத்துண்டு கிளம்பினேன்.

***

முதலில் ரமாவின் பிறந்தகத்திற்குப் போனேன். முன் தாழ்வாரத்தில் ஒரு பிரம்பு நாற்காலியில் உட்கார்ந்திருந்த சதாசிவம் ஏதோ ஒரு தமிழ்ப் பத்திரிகையைப் புரட்டிக்கொண் டிருந்தார். என்னைப் பார்த்தவுடன் அவருடைய கண்கள் ஒரு நிலையில்லாமல் என்மீது படிந்தன. மெதுவாக அடை யாளம் நிழல் தட்டியது. "யாரு?" என்று முணுமுணுத்தவர், நாற்காலியிலிருந்து எழுந்து மெதுவாகக் "காயத்ரியா?" என்றார்.

"ஆமாம் மாமா. சௌக்கியமா?" என்றேன்.

"இருக்கேன். எங்கே உ... உன் குழந்தை... அக... அகத்துக்காரர்?"

"சொல்றேன். மதுரம் மாமி இருக்காறா.?"

"உம், இருக்கா. வா, உள்ளே வா" என்று உட்காரச் சொல்லிட்டு, உள்ளே போனார். அங்குப் போடப்பட்டிருந்த நேர் நிமிர்வான, சற்றும் வளையாத நான்கு நாற்காலிகள் முறைப்பான வறண்ட தோற்றத்துடன் வீற்றிருந்தன. நடுவில் சதுரமான ஒரு பழைய மேஜையின்மீது மடித்துவைத்த 'ஹிண்டு' பேப்பர், ஓரிரண்டு தமிழ்ப் பத்திரிகைகள். அறையின் கடுமையான தோற்றத்தை மிகைப்படுத்துவதுபோல இரண்டு

ஆத்துக்குப் போகணும்

ஜன்னல்களில் சிறைச்சாலை போலச் செங்குத்தான நீண்ட கம்பிகள். ரமாவின் வார்த்தைகள் நினைவிற்கு வந்தன.

'அந்த ஜன்னல் கம்பியைப் பிடித்துக்கொண்டு வெளியே சாலையில் போய்வரும் மனிதர்களை வெறித்துப் பார்த்தபடி எங்கம்மா மணிக்கணக்காய் நிற்பாள். காயத்ரி, அந்தச் சமயத்தில் வெளியிலிருந்து நான் வீட்டுக்குத் திரும்ப நேரிட்டாலும், என் மீதும் அதே பட்டுக்கொள்ளாத வெறுமையான பார்வை பதியும்! எனக்கு அப்படியே வயிற்றைக் கலக்கி எடுக்கும், காயத்ரி!' என்று தனிமையில் சொல்வாள் ரமா. 'பயித்தியம்' என்றும் ஒரேயடியாக ஒதுக்க முடியாத, சித்தப் பிரமையோ என்ற தவிப்பை உண்டாக்கும் ஒரு ஊசலாடுகிற நிலை. மதுரம் இப்படியிருக்க, இன்னொரு பக்கம் சதாசிவம். சிக்கனம் என்ற வெறி அவரைக் கறையானாக அரிக்க, மற்ற சமயங்களில் முகமே விசித்திரமாக மாறி, ஒரு வயதான பொம்பளையைப் போலத் தொணதொணப்பார். எப்படி ரமா இவர்களுக்குப் பிறந்து, இந்தக் குச்சு வீட்டிலே வளர்ந்து, பெரியவளாகி, இப்படி ஒரு அதிசயமூட்டும் தெளிவான, அறிவுச் சுடராக இன்று முத்து முத்தாக, ஸ்படிகம் போல எழுதுகிறாள்!

"காயத்ரியா? வா, வா ... எங்கே குழந்தை?"

உலுக்கிவிட்டுக்கொண்டு திரும்பிப் பார்த்தேன். மதுரம் மாமி பரட்டைத் தலை. அவள் கண்களில் விவரிக்க முடியாததொரு கலக்கம் தேங்கி நின்றது.

"சௌக்கியமா மாமி?" என்று, அவளிடம் ரமா அனுப்பிய பெரிய பார்சலைக் கொடுத்தேன். ஒன்றும் சொல்லாமல் அதை வாங்கிக்கொண்டு உள்ளே போனாள். அந்த அறையில் உட்கார்ந்திருக்கும் சதாசிவம், நொடிக்கொரு முறை 'அஹம், அஹம்' என்று சீக்குக் கனைப்புடன் திருதிருவென விழித்தார்.

"மாமா, ரொம்ப வியர்க்கிறது. சித்த ஃபேன் போடறீங்களா?" என்றேன்.

"ஆ?"

"ஃபேன் மாமா!" ஃபேன் போடறீங்களா"

"ஓ, ஃபேனா? அதற்கென்ன, போட்டா போச்சு" என்று மெதுவாக எழுந்துபோய் ஸ்விட்சைத் தட்டினார். மறுபடியும் அறையில் கப்பென்ற மௌனம். உள்ளே மதுரம் மாமி என்ன

செய்யறாள்? ரமா அனுப்பிய சாமான்களைப் புரட்டிப் பார்க்கிறாளா? அம்மாவிற்கு இரண்டு நல்ல புடவைகள், அப்பாவிற்கு, பாலியஸ்டர் ஷர்ட்டுகள், மென்மையான தோல் பர்ஸ், பிறகு அம்மாவிற்குக் கைக்கடிகாரம், கண்ணைப் பறிக்கும் மேஜை விரிப்புகள், படுக்கை விரிப்பு... ஓடி, அலைந்து தேர்ந்தெடுத்தாள் ரமா.

"காப்பி சாப்பிடறாயா?" மதுரம் மாமி.

"வேண்டாம் மாமி, உட்காருங்கோ. இப்பதான் மன்னி வீட்டிலே காப்பி சாப்பிட்டு வரேன்."

"அவாத்துலே எல்லோரும் நல்லா இருக்காங்களா?"

"ஹூம்"

மறுபடியும் அதே பட்டுக்கொள்ளாத வெறித்த பார்வை. குழப்பமூட்டும் மௌனம். அதை நடுநடுவே கலைக்கும் சதாசிவத்தின் சீக்குக் கனைப்பு.

"சாமானெல்லாம் பார்த்தீங்களா மாமி?"

"ஆங்?"

சிவசிவா!

"ரமா அனுப்பிய சாமான்களைப் பார்த்தீங்களா?" என்றேன். தொடர்ந்து,

"நன்றாக இருக்கின்றனவா?" என்று கேட்டேன்.

"உம், எல்லாம் நன்னாதான் இருக்கு" என்று அசுவாரஸ்யமாய்ச் சொன்னவள், முகத்தைத் திருப்பிக்கொண்டு ஜன்னல் வழியே எங்கேயோ எட்டிப் பார்த்தாள். மை காட்! இப்படியும் கல்லுபோல உறைந்து இருப்பாளோ ஒரு அம்மா! நான் எழுந்தேன்.

"இந்தப் பார்சலை ரமாவின் மாமியாரிடம் தரவேண்டும். அப்படியே அவர்கள் இருவரையும் பார்த்துட்டு வரச் சொன்னார் துரை" என்றேன்.

ஒரு விநாடி இருவரும் பார்த்தார்கள். பிறகு சதாசிவம், குரல் கீழ்த் தொண்டையிலிருந்து ஏதோ கிணற்றடியிலிருந்து வருவது போலச் சொன்னார்.

"அப்ப சரி, ஒரு நடை போயிட்டு வாயேன் அவாத்துக்கு, இங்கிருந்து பத்து நிமிடத்தில் நடந்துடலாம்" என்றார், வழ வழச் சிரிப்புடன். கொடூரமும் கேவலமான நடத்தையும் கொண்ட ரமாவின் புக்ககத்தினரைப் பற்றித் தெரிந்தும் எப்படி இந்த மாதிரி பட்டுக்கொள்ளாத ஒரு கோழைத் தனமான புன்னகையை உதிர்க்க முடியறது? "நடந்தது நடந் தாயிற்று அது ரமாவின் துரதிருஷ்டம். அதற்கு நாங்க என்ன செய்ய முடியும்?" என்ற குருட்டுப் பின்னறிவை வாடிக்கை யாகக் கொள்ளும் பெற்றோர்களுக்கு உடந்தையாக ஒரு சமூகம், காலங்காலமாய்ப் பெண்களை, கோணல்மாணலான திசைகளில் வக்கரித்து ஓடும் அவர்கள் வாழ்க்கையை 'விதி' என்று எளிமையாக ஒதுக்கும் நொண்டிச் சாக்கு! இப்ப சதாசிவம் சிரித்து மழுப்பி, யாரை ஏமாற்றப் பார்க்கிறார். என்னையா, அல்லது தன்னையேவா?

ரமா. வீட்டிற்கு மூன்றாவது பெண் என்று அவளைப் படு அலட்சியமாக வளர்த்தார்கள். வேண்டா வெறுப்பாய் 'ஏதோ ஒரு கல்யாணம்' என்று செய்து, கையைக் கழுவிக் கொண்டார்கள் சதாசிவமும் மதுரமும். அவர்களின் ஒரே பையனான ரமாவின் அண்ணா ரவி ரொம்பவும் செல்லமாக வளர்க்கப்பட்டான், அவன் ஒரு படிப்பேறாத உதவாக்கரை முட்டாளாக இருந்த பின்னும்! கடைசியில், வழிவழியாக வந்த குருட்டு மரபில் மதிப்பைத் தீர்மானிக்கும் அம்சம் மனித அங்கங்களின் பிறப்புறுப்புகளா? பல்லாண்டு, பல் லாண்டாகப் பிறப்புக்குரிய அங்கத்தை ஒளிவு - மறைவின்றிக் காட்டும் 'ஆல இலை கிருஷ்ணனின்' வடிவத்தை வணங்கிவரும் தலைமுறைகளின் இந்த மூல ஸ்வரம், மனித இனத்தையே சுருக்கித் தாழ்த்திவிட்டதோ? மத்திய வர்க்கத் தென்னிந்தியர்கள் பெண் பிறந்தாலே முகம் சுளிக்க, இந்தப் பிறப்பை ஒரு தயக்கமுமில்லாமல், ஒரு வெட்கக்கேடான எளிமையுடன் கணக்கிடுகிறார்கள். பிறந்த அந்தப் பெண் ணிற்கு - உதாரணமாக ரமாவிற்கென்று - ஏதோ ஒரு தனிச் சிறப்பு உண்டு. தனி ருசியுண்டு என்பதை உணராமல், கூசாமல் உதாசீனம் செய்யும் சொந்தப் பெற்றோர்கள். என்ன மதி கெட்ட மழுக்கம்! ரமாவின் பெற்றோர்களுக்கு இந்தக் கற்பூர வாசனை தெரியவில்லை...

"நான் வரேன்" என்றேன்.

"சரி."

எனக்குக் குங்குமச் சிமிழை நீட்டிய மதுரத்தைப் பார்த்தேன். ஆத்திரம் பொத்துக்கொண்டு வந்தது.

"மாமி, ரமாவிற்கு, குழந்தைகளுக்கு ஏதாவது குடுத்தனுப்ப வேண்டுமா? நா இப்ப தில்லி போறேனே?"

"ஓ, அதுவா? வந்து . . . காயத்ரி . . . இந்த முறை அனுப்ப ஒன்றுமில்லை. அடுத்த முறை பார்ப்போமே?" என்றாள் மதுரம், "ஹி . . . ஹி . . ." என்று இளித்தார் சதாசிவம். இரண்டாவது பார்சலை எடுத்துக்கொண்டு, ரமாவின் மாமனார் ஹரிஹரன் வீட்டிற்குக் கிளம்பினேன்.

***

அந்தத் தெருவைக் கடந்து ஒரு சாலை. பிறகு நான்கு சாலைகள் கூடும் ஒரு வட்டம். இடப்புறத்துச் சாலையில் கொஞ்சதூரம் நடந்து ஒரு சந்தில் திரும்பினால் ரமாவின் புக்ககம்.

பிறந்தகம் – புக்ககம்

'தொடக்கம்' –'இறுதி'யென்று கிரேக்க 'ஆல்ஃபா அண்ட் ஒமேகா' போல இது என்ன கணக்கீடு ஒரு பெண்ணிற்கு? அதுவும் ரமா போன்ற ஒரு ஒப்பற்ற பெண்ணிற்கு. ஏய் ரமா, அசட்டுப் பெண்ணே, உன் தலைவிதியைவிட நீ பெரிய ஆகிருதி கொண்டவள் என்று உனக்கே தெரியவில்லையா? அதைப் புரிந்துகொள்ளாமல் ஏன் இந்த இரு முனைகளுக்கும் இடையே இன்னும் ஊசலாடுகிறாய்? இரண்டிற்கும் 'அகம்' என்ற அருகதை இல்லாமல் போன பின்னும் ஏன் அந்த அம்சங்களில் ஒரு வீட்டைத் தேடுகிறாய்? நீ மைசூரில் வற்றாமல் சலசலவென நிர்மலமாக ஓடும் காவேரி நதியைப் போல, எல்லாவற்றையும் வழியில் அலம்பி விட்டுக்கொண்டு, சுத்தப்படுத்திக்கொண்டு ஓடு . . . ஓடு . . . உன்னை இந்தச் சின்ன வீடுகளான கூடுகள் கொள்ளாது . . . உன் திசையே வேறு. அதை அடையாளம் கண்டுகொள் ரமா . . . ஓடு . . .

சின்ன கேட்டைத் திறந்து, உள்ளே போய் வாசல் கதவைத் தட்டினேன்.

"யாரு?"

மறுபடியும் தட்டினேன்.

"யாருங்கறேன்!" குரல் அதட்டலாக வந்தது. கடவுளே! இது என்ன தமிழ்நாட்டு மரபு, இப்படியொரு நாகரிகமற்ற வரவேற்பு!

"நான்தான் காயத்ரி." பட்டென்று கதவு திறக்கப்பட்டது. ருக்மணி மாமி, துரையின் அம்மா. கொஞ்ச நேரம் கதவை அடைத்துக்கொண்டு, நிலைப்படியில் நின்றவாறே, சின்ன கண்களை இடுக்கிக்கொண்டு என்னைப் பார்த்தாள்.

"யாரு? தில்லியிலிருந்து காயத்ரியா? எங்க வந்தே?" அம்மாடி! என்ன கேள்வி இது, முகத்தில் அறைந்தாற்போல 'எங்கே வந்தே!'

"நமஸ்காரம் மாமி. மைசூரில் எங்கம்மா அப்பாவைப் பார்த்த பிறகு, இங்கே என் கொழுந்தர், மன்னியைப் பார்த் துட்டுப் போகலாம்னு வந்தேன். ரமாவும் துரையும் உங்க ளுக்கு ஏதோ சாமான்கள் கொடுத்தனுப்பியிருக்கா"— இதை யெல்லாம் இன்னும் வாயிற்படியில் நின்றவாறே சொன்னேன்.

"வா, வா."

10

உள்ளே போனதும் ருக்மணி மாமியிடம் அந்தப் பெரிய பார்சலைக் கொடுத்தேன்.

"உட்கார். உன் குழந்தை மட்டும் வந்திருக்கானா? என்ன வயசாகிறது அவனுக்கு?"என்றாள் ருக்மணி மாமி.

"எட்டு."

"ஓகோ, நீ இன்னும் குளிச்சுக்கொண்டுதான் இருக்காயாக்கும்?"

"மாமி, கொஞ்சம் இந்த ஃபேனைப் போடறீங்களா? ரொம்ப வியர்க்கிறது" என்றேன்.

"ஃபேனா, இதோ போடறேன்" என்று உடனே ஸ்விட்சைத் தட்டிவிட்டாள்.

"நீங்கள்ளாம் – மாமா, பத்மா எல்லோரும் சௌக்கியந்தானே" என்று கேட்டு வைத்தேன். "மாமா வீட்டிலே இருக்காரா?"

சட்டென்று முகம் மாறி "மாமாவுக்கு இங்கே என்ன வேலை, ரெண்டு பெண்கள் பேசும்போது?" என்று வெடுக்கெனப் பதில் சொன்ன அவளுடைய சின்ன கண்கள் இன்னும் இடுக்கி ஒருவிதச் சந்தேகப் பார்வையுடன் என்னைத் துளைத்தன. ஒரு இடைவெளிக்குப் பிறகு, "காபி சாப்பிடறாயா?" என்றாள்.

"வேண்டாம் மாமி. இப்பதான் மதுரம் மாமி வீட்டிலே காபி குடிச்சுட்டு வரேன்" என்று ஒரு பொய்யைச் சொன்னேன். "ஓகோ! நான்கூட நெனச்சேன், அங்கே போயிட்டுத்தான் வந்திருப்பேன்னு. எப்படியிருக்கா ஆம்படையானும் பெண்டாட்டியும்? பார்த்து நாளாச்சு."

"நன்னாதான் இருக்கார்கள்."

"அதுக்கென்ன குறைச்சல் இப்போ? ஒரு நாளு, கிழமை என்றால், தீபாவளிக்கோ, பொங்கலுக்கோ, அந்தப் பிராமணன் இங்கே தலைகாட்டறதே இல்லை. அப்படியே வந்தாலும் வெறும் கையை வீசிக்கொண்டு வருவார், வெட்கமில்லாமல்!"

வெட்கம்! யாருக்கு வரவேண்டும்? கையை நீட்டி வாங்கு வோர்களுக்கா, அல்லது கஷ்டப்பட்டுக் குடுப்பவர்களுக்கா? இந்தத் தலைகீழான தர்க்கத்தில் பங்குகொள்ள இஷ்ட மில்லாமல் சும்மா இருந்தேன். திடீரென்று ருக்மணி விருட் டென்று எழுந்துபோய், நான் கொண்டு வந்த பார்சலைப் பிரித்து, சாமான்களை அப்படியும் இப்படியும் புரட்டிப் பார்த்து, ஒரு புடவையை எடுத்துப் பிரித்தாள்.

"இது என்ன ஆறு கஜப் புடவையா?" என்றாள்.

"ஆமாம். பத்மாவிற்காக ரமா வாங்கினாள். அதோ அந்த அரக்கு கலர் புடவை உங்களுக்குத்தான். பூர ஒன்பது கஜம்" என்றேன். நான் சொல்வதைக் காதில் வாங்கிக்கொள்ளா தவள் போல ருக்மணி தொடர்ந்தாள்:

"இப்ப இதைச் சொல்லு. பத்மாவிற்கு என்றாயே, இந்தப் புடவை கொஞ்சம் அழுது வடியவில்லை?"

"இல்லை மாமி. லைட் கலரிலே, ஸ்மார்டா இருக்கு, பத்மா காலேஜுக்குக் கட்டிக்கொண்டு போகப் பொருத்தமாக இருக்கும்."

சற்றும் எதிர்பாராத முறையில் ருக்மணி பேரிரைச்சலுடன் சிரித்தாள்:

"எனக்குத் தெரியாதா என் மாட்டுப் பெண்ணை! தனக் கென்றால் பளிச்சென்று புடவையைப் பொறுக்கி எடுப்பாள். அதைப் படுசீராகக் கட்டிண்டு, நாள் பூரா மடிப்புக் கலை யாமல் மினிக்கிண்டு, தன் வேலையைச் சாதிப்பாள். பத்மா அவளுக்கு நாத்தனார் ஆச்சே? இது போறும் என்ற அலட் சியம்!" என்றாள் ஏளனமாய்.

"ஐயோ மாமி, ஏன் இப்படியெல்லாம் சொல்றேள். பத்மாவின் புடவை நிஜமாகவே நல்ல விலை ஒசத்தியானது. பார்க்கப் போனால் ரமாதான் தனக்கென்று ரொம்ப மலிவான புடவைகள் வாங்கிக் கொள்கிறாள். அதை அவள்

கட்டிக்கொள்ளும் விதம், கூடவே அவள் முகத்தில் இருக்கும் தேஜஸ், எல்லாமாகச் சேர்ந்து ...”

“போதும், போதும்” என்று என்னை இடைமறித்தாள் ருக்மணி. “ரொம்பப் பரிஞ்சுண்டு வரவேண்டாம். உனக்கு ரமாவைத் தெரியாது” என்றாள் ஒரு திடமான வஞ்சகப் புன்னகையுடன். அப்பொழுது உள்ளே ஏதோ சலசலக்கவே, இரண்டு பேரும் திரும்பிப் பார்த்தோம். ருக்மணியின் கணவர் ஹரிஹரன்.

“ஏதோ பேச்சுக் குரல் கேட்டுதேன்னு எட்டிப் பார்த்தேன். என்ன அதிசயம்! தில்லி காயத்ரியா, வாம்மா, வா.”

“ரமாவும் துரையும் ஏதோ சாமான்களை வாங்கி இவளிடம் அனுப்பியிருக்கார்கள்” என்று விளக்கினாள் ருக்மணி.

“அப்படியா?” என்றவர், கலைந்து கிடந்த துணிமணி களைச் சலனமில்லாமல் பார்வையிட்டு, பிறகு என் பக்கம் திரும்பி, பொய்ப் பல் வரிசையின் செயற்கையான வெண்மை யுடன் பளீரிட, சிரித்துக் குசலம் விசாரித்தார்:

“உன் குடும்பத்தில் எல்லோரும் நலந்தானே? துரை, ரமா, குழந்தைகள் எப்படி?”

“உங்க பேரக் குழந்தைகள் நல்ல துறுதுறுவென இருக்கார்கள்” என்று சொல்லி வைத்தேன்.

“அது சரி, துரை எப்படியிருக்கான்? பாவம், அதைச் சொல்லு. அவபாட்டுக்குக் குழந்தைகளையும் வீட்டையும் அவன் தலையிலே கட்டிட்டு, வேலை பார்க்கப் போறாள். இதில் எழுதி வேற பிரபலமாகணும்னு ஒரு அரிப்பு எடுத்திருக்கு போலிருக்கு” என்று மனைவியை ஜாடையாகப் பார்த்துச் சிரித்தார். இதற்காகவே காத்துக் கொண்டிருந்தவள் போல் ருக்மணி சேர்ந்து கொண்டாள்.

“சமையல், வீட்டு வேலை எல்லாத்தையும் அரைகுறை யாய்ப் போட்டுட்டு வேலை, எழுத்துன்னு பொறுப்பில்லாமல் போனால், எங்க பிள்ளைக்கு வயிறு நிறைய சாப்பாடு கிடைக் கிறதோ இல்லையோ” என்று பொரிந்தாள் ருக்மணி.

“உண்மையில் ரமா வேலைக்குப் போவதால்தான் உங்க துரைக்கு வயிறு நிறையச் சாப்பாடு கிடைக்கிறது என்று சொல்லலாம். மாலை ஆறுமணிக்கு மேல் ஆபீஸிலிருந்து

வீடு திரும்பும் துரைக்கு ரமா எப்படி வேலை வைக்கமுடியும்? பாவம், அவள் நாலரை மணிக்கே காலேஜிலிருந்து உருட்டியடிச் சுண்டு வந்து, எத்தனை களைப்பாக இருந்தாலும் குழந்தை களின் பாடங்களைக் கவனித்து, பிறகு சமைத்து, கரேக்டா எட்டு மணிக்கெல்லாம் துரைக்குச் சாப்பாடு போடுகிறாள்" என்று வேண்டுமென்றே அந்த மத்தியவர்க்கத்தின் மீற முடியாத புனிதமான இரவு "சாப்பாடு டைம்", எட்டு மணியை அழுத்திச் சொன்னேன். ஹரிஹரன் பசப்புச் சிரிப்புச் சிரித்தார்.

"காயத்ரி, நான் இப்படிச் சொல்றேன்னு தப்பா நெனச்சுக் காதே. நீயும் ஒரு கம்பெனியில் வேலை பார்ப்பவள். வேலைக்குப் போற பெண்டாட்டி இருந்தால் வீடு எப்படி உருப்படும்?"

அந்தப் பொய்ப்பல் செட்டை ஒரு தட்டுத் தட்டி அவர் கையிலேயே கொடுக்கலாமா என்ற எண்ணத்தை அப்புறப் படுத்தினேன். இந்த மூடர்களுக்கு இந்தியாவில் இப்பொழுது தோற்றமளித்திருக்கும் கடும் உழைப்புடன் வேலை பார்க்கும் பெண் வர்க்கத்தில் ஒருத்தியான ரமாவைப் பற்றி ஏன் நீண்ட விளக்கம் சொல்ல வேண்டும்? ஒரு பெண் வேலைக்குப் போவது பொருளாதார அவசியமில்லாமல், ஏதோ இவர்கள் கருணையுடன் அளித்த சலுகைபோல. தில்லியில் பல மேதைகள் மெச்சும்படி நல்ல படிப்புடன், உத்தியோகத்தில் உயர்ந்து நிற்கும் ஒளிச்சுடரான ரமாவை இந்த ஹரிஹரன் – கேவலம் ஒரு எளிமையான ரிடையர்ட் பள்ளிக்கூட வாத்தியார் – சொல்லவாராரே? மாதா மாதம் அவர் பேருக்குப் பெறும், ஒன்றுக்கும் பற்றாத 'பென்ஷனை' வைத்துக்கொண்டு, பூதாகரமான ஆசைக் கனவுகளை வளர்த்துவந்தார். பெண் பத்மாவிற்கு நிறைய சீர் கொடுத்து எஞ்ஜீனியர் வரன் வேண்டும். பிறகு இவர்கள் இங்கே நன்றாக உண்டு, சகல சௌகரியங்களுடன் இருக்க வேண்டும்... ரமாவின் சம்பாத்தியத்தை முழுக்க, முழுக்கப் பயன்படுத்தி அனுபவிக்க வெட்கம்தான் இல்லையென்றால், குறைந்தபட்சம் சிறிதள வாவது நன்றி வேண்டாம்? ரமா மட்டும் மற்ற சில பெண்களைப் போலச் சுலபமான ஒரு வழி தேடிக்கொண்டு, 'என்னால் வீட்டையும் சமாளித்து, உத்தியோகமும் பார்க்கச் சக்தி கிடையாது?' என்று ஒரேயடியாக மறுத்து, வீட்டோட அக்கடாவென்று பெருங்காயம் கரைத்துக்கொண்டு, மத்தி யானம் தூங்கி எழுந்து வந்தால் இந்தக் குடும்பத்தில் தரித்திரம் பிடுங்கித் தின்றிருக்குமே? இந்த ஹரிஹரன் ஒரு நரி. அவரை வேரோடு தாக்குவதுதான் நியாயம்.

“மாமா, ஏன் விஷயம் தெரிந்தும் இப்படிப் பேசறீங்க? நீங்களோ உங்க பென்ஷனை நம்பிப் பிழைக்க முடியாது. உங்க பிள்ளை வாங்கும் சம்பளத்தில், இரண்டு குழந்தைகளை வைத்துக்கொண்டு, தில்லியிலோ, பம்பாயிலோ மாதத்தில் 15 தேதிவரை கூட எண்ண முடியாது. உங்களுக்கும் இது நன்றாகத் தெரிந்ததுதான். ரமா மட்டும் சம்பாதிக்கவில்லை யென்றால் துரை குடும்பமும் உங்க குடும்பமும் ஒருவேளை தான் சாப்பிட முடியும். உடுத்த முடியாது. நிச்சயமா ஒரு போதும் உங்களுக்கு இப்படி மாதா மாதம் பணம் அனுப்ப முடியாது!” என்றேன். எனக்கு மூச்சு இறைத்தது. சே! இது என்ன அசிங்கம், பெண்களின் உலகநாடுகள் சார்ந்த வருடம் கடந்த இந்தப் பத்தாண்டில்! திடீரென்று சாமான்கள் இருக்கிற இடத்திலிருந்து சரிந்து, கீழே தரையில் எறியப்பட்டன.

“யாரு கேட்டா அவ சாமான்களை? அவ பிச்சைக் காசை? எடுத்துண்டு போகச் சொல்லு!” என்று அடித் தொண்டையில் சீறினாள் ருக்மணி. ஸ்தம்பித்து நின்ற நான், பித்தம் பிடித்துக்கொண்ட நிலைமை இந்த ஒரு ஆம்பிள்ளை யால் தெளியுமோ என்ற சின்ன எதிர்பார்ப்புடன் ஹரிஹரன் பக்கம் திரும்பினேன். அவர் இறைந்து கிடந்த சாமான்களைச் சலனமில்லாமல் பார்த்து நின்றார்.

“உங்களுக்கெல்லாம் எப்படி மனசாகிறது? எப்பேர்ப் பட்ட பெண் ரமா! ஆழமான அறிவுள்ள அவளை இப்படி ...” என்று ஆரம்பித்த என்னை மறுபடியும் குறுக்கிட்டாள் ருக்மணி.

“ஐய! போதுமே அவ படிப்பு. யாரு கேட்டா? ஒரு நாள், கிழமையென்றால் சரியாகக் கோலம் போட வரலை, போளி பண்ணி, முறுக்குச் சுற்ற வரலை. ஏன், ‘மடியாக’ச் சமைத்து, எங்களுக்கு ஒருவேளை சாப்பாடுகூடப் போட வரலை. இதுவா மதுரம் பெண்ணை வளர்த்த லட்சணம்!” என்று முகவாய்க்கட்டையைத் தோளில் இடித்துக் கொண்டாள். இதைத் தொடர்ந்து ஹரிஹரனிடமிருந்து வந்த சிரிப்பு, பொய்ப்பற்களிலிருந்து உலோகம் போல த்வனிகளைச் சீற்றத் துடன் கிளப்பி, என்னவோ போல என் குடலைச் சுருட்டியது. குருவி போலச் சேகரித்த, பணத்தில் வாங்கின ஒசத்தியான துணிமணிகள் அனாதை போலக் கிடந்தன. அவற்றையும், மற்ற சாமான்களையும் எடுத்து நடு மேஜையின் மீது வைத்தேன்.

“சீ, நீங்கள்ளாம் ரொம்ப அற்பமான ...” என்று ஆரம் பித்த என்னைப் பேசவிடாமல் தொண்டை அடைத்துக்

கொண்டது. விரைவாக வாயில் கதவைத் தாண்டி வெளியே வந்தேன். என் கன்னங்கள் பற்றி எரிந்தன. கை, கால்கள் வெடவெடவென நடுங்கின.

தெருவில் நடந்த எனது கால்கள் கழன்று விழுவதுபோலத் துவண்டன. என்ஜின்போலத் 'தக்குத் தக்கெ'ன்று அடித்துக் கொண்டு கொந்தளிக்கும் என் மனத்தை ஆசுவாசப்படுத்திக் கொள்ள முயன்றேன். என்னை முழுவதுமாகக் கவ்விக்கொண்ட சோர்வு என் முன்னால் சாலை மிகவும் நீண்டு, விரிந்தாற் போல உணர்த்தியது. மறுபடியும் இடது பக்கமாய்த் திரும்பிச் சதாசிவன் வீட்டிற்கே போய் நடந்ததை அவிழ்த்துக் கொட்ட லாமா? மதுரம் மாமியின் தோளைப் பற்றி உலுக்கி, பாருங்கோ, ரமாவைப் போன்ற மாசு மருவற்ற சுத்தமான உயிரை, உங்க சொந்தப் பெண்ணை எப்படி அநியாயமாகத் தாக்குகிறார்கள் என்று கத்தலாமா? பதிலுக்கு என்ன கிடைத்துவிடப் போகிறது? மூளையை மழுங்கடிக்கும் மந்தப் பார்வை வெறித்துப் படியும். சதாசிவத்தின் வலுவற்ற சுவரம்;

'ஆ... அது... வந்து... அவாள்ளாம் அப்படித்தான்' என்று இழுத்தபடி குழறலாம்.

அலுப்புடன் கொழுந்தர் வீட்டை நோக்கி நடந்தேன். ரிப்பன் போல என் முன்னால் நீண்ட சாலையில் நடக்கும் வழியெல்லாம் 'ரமா' என்று நான் அறிந்த ஒரு உயிர் என்னை ஆக்கிரமித்துக் கொண்டது. ரமாவின் தனித்தன்மையை, தனிச்சிறப்பை இத்தனை கூர்மையாக உணரும் சங்கரும் நானும் ராஜகோபாலனும் ஜோஷியும் இன்னும் சில பெரிய பெரிய கருத்தறிஞர்களும் இருக்க, நூற்றுக்கணக்கான முகம் தெரியாத வாசகர்களை ஈர்த்த அவளுடைய இலக்கியப் படைப்புகளின் நடுவே அவளை அடையாளம் கண்டு மதித்தோம். இவளுக்கு ஏன் இப்படியொரு வக்கரித்த தலைவிதி? அவளுடைய உழைப்பின் பணத்தை நன்கு உறிஞ்சியபின், சப்பின மாங் கொட்டையாக அவளைத் துடைத்தெறிந்து, 'யார் கேட்டார்கள் அவள் பணத்தை? யாருக்கு வேணும் அவள் படிப்பு!' என்று உதாசீனம் செய்கிறார்கள். இது ரமாவின் சொந்தப் பிரச்சினையா அல்லது பொதுவாகவே தெளிந்து வரும் மூன்றாம் உலகப் பிரதிநிதிகளான இந்தியப் பெண்களின் பிரச்சினையா?

பிறந்தகம் – புக்ககம்!

என்ன 'அகம்' இது கேலிக்கூத்தாக! அறிவாற்றலும் திறமை யும் கொண்ட இந்த ரமா, இதில் ஒரு 'அகத்தின்' குறுகலான

கணக்கீட்டின்படி வெறும் ஒரு மூன்றாவது பெண்ணாகவும், அவள் பிறப்பே ஒரு வேண்டாத விபத்தாகவும் கருதப்பட்டவள். இன்னொரு 'அகத்தில்' அவள் நிறைய சீர், வரதட்சிணை கொண்டு வராத 'சாதாரண' மாட்டுப் பெண்ணாகக் காட்சி யளித்தாள். இரண்டுமே அவளுக்கு அபயம் அளிக்கும் வீடாகவும் இல்லாமல், ரமாவின்மீது வலுக்கட்டாயமாக, மூர்க்கத்தன மாய் வேண்டுமென்றே ஒரு செயற்கையான 'சாதாரணத் தன்மையைப்' போர்த்தி, பிறகு அந்த வரையறைக்குள் அவளைச் 'சமாளித்துச் சரிகட்டலாம்' என்று பார்க்கிறது! இந்த மனிதர்களின் கண்கள் இருண்டு கிடக்கிறது. அந்த இருட்டில் ரமாவை ஒரு 'சாதாரணப்' பெண்ணாக, சரிபார்த்துச் சமாதானம் செய்துகொள்கிறார்கள், குருடர்கள்.

உண்மையிலேயே, ஒரு சின்னஞ்சிறு சாதாரணச் சிறுவனுக் குள் ஒளிந்திருக்கும் முருகனை அடையாளம் கண்டுகொள்ள ஒரு ஔவை மூதாட்டியல்லவா தேவைப்படுகிறது?

11

சாதாரணம். ரமா சாதாரணம்.

ரமா ஒரு சராசரி!

அதாவது சந்தன மரம் பார்ப்பதற்கு எப்படி ஒரு சாதாரண மரமாகத் தோற்றமளிக்கிறதோ, அப்படி. தளர்ந்த என் நடையால் புடவைக் கீழ்க் கொசுவங்களில் தெருவின் தூசி கரை கட்டியதைச் சோர்வுடன் கவனித்தபடி, அந்தத் தெருவில், பழக்கடைகளும் பூக்கடைகளும் திசை தெரியாமல் நகரும் மாடுகள் நடுவே மெதுவாக நடந்தேன்.

சந்தன மரம். மைசூரில் அது முதன்முறையாக எனக்கு அறிமுகமானது நினைவிற்கு வந்தது.

"சந்தியா. நிஜமாகவா அது சந்தன மரம்?"

சட்டென்று காயத்ரியின் சின்ன உள்ளங்கையைப் பிரித்து, அதன் மீது 'பட்'டென்று அடித்தாள் சந்தியா.

"காட்பிராமிஸ், காயத்ரி! காட்பிராமிஸ்! (God Promise) அந்தப் பெண் பிரமீளா சொன்னாள்" என்றாள் சந்தியா. "ஆனால் நான் ஸ்கூல் போகும் போது, அந்தப் பிரமீளாவின் வீட்டு மரத்தை எத்தனையோ முறை பார்த்திருக்கேனே? ஏதோ ஒரு சாதாரண மரம் போலத் தேமேன்னு நிக்குமே?" என்றாள் காயத்ரி.

"நானும்தான் அப்படி மிஸ்டேக் பண்ணினேன். நேற்றுதான் பிரமீளா அது சந்தன மரம் என்று என்னிடம் சொன்னாள்" என்றாள் சந்தியா.

"ரியலி? எனக்கு அதைக் கிட்டப்போய்ப் பார்க்கணும்னு ஆசையாயிருக்கு" என்றாள் காயத்ரி.

“வா, நான் அவாத்துக்கு உன்னைக் கூட்டிண்டு போறேன். பிரமீளா என்னுடைய ஃபிரண்ட்” என்றாள் சந்தியா.

உடனே இருவரும் பிரமீளா வீட்டிற்குக் கிளம்பினார்கள். வாயில் முகப்பில் அந்தச் சிறுமிகளைப் பார்த்த ஒரு வேலைக் காரன், உள்ளே விரைந்து, மறைந்தான். சில விநாடிகளில் வெளிர் நீலக் கலர் ஸ்கூல் கவுனும் வெள்ளை டாப்பும் கழுத்தைச் சுற்றிய சின்ன ‘டை’யுமாக ஒரு சிறுமி வந்தாள்.

“பிரமீளா, இது என் ஃபிரண்ட் காயத்ரி” என்று அறிமுகப் படுத்தினாள் சந்தியா.

“ஹலோ!”

“ஹலோ!”

“உங்காத்துச் சந்தன மரத்தைப் பார்க்க அழைச்சுண்டு வந்தேன்.”

பிரமீளாவின் முகம் சட்டென்று மாறியது, பிறகு;

“ஓ.கே. வாங்க இப்படி” என்று பங்களாவின் பக்கவாட்டில் இருக்கும் தோட்டத்திற்கு அழைத்துக்கொண்டு போனாள்.

“இதோ” என்றாள்.

மதில் சுவருக்கு ஒட்டினாற்போல இருக்கும் இந்த மரத்தை, வெளியிலிருந்தே சாலையில் நடக்கும் காயத்ரி எத்தனை முறை அசுவாரஸ்யமாய்ப் பார்த்திருக்கிறாள்! இப்ப இந்த மரத்தைப் பார்த்தவுடன் தோட்டத்தில் எல்லாப் பறவை களின், மனிதர்களின், ஜந்துக்களின் ஓசையும் அடங்கிப் போனாற் போல உணர்ந்தாள். சந்தன மரம், மற்ற மரங்களின் நடுவே ஒரு நாடோடி மரமாய், சாதாரணத்திலும் படு சாதாரண மாய்க் காயத்ரியின் முன் நிர்வாணமாய் நின்றது. மற்ற எல்லா மரங்களையும்போல அதே பழுப்புநிற உடல், அதே கரடு முரடான, சற்றே பருத்த ஆதாரப் பாகம். ‘சாதாரண’ வளைவு களுடன் கிளைகள், பச்சை இலைகள். காயத்ரி மரத்தின் அருகே போய் மோந்து பார்த்தாள். அப்படியொன்றும் மயக்க மூட்டும்படி வாசனை எழும்பவில்லையே? காயத்ரியையே உற்றுப் பார்த்துக்கொண்டிருந்த பிரமீளா:

“இதோ பார்!” என்று, மரத்தின் மரப்பட்டையில் ஒரு நீள்வரித் துண்டை உரித்தெடுத்தாள். அதைக் காயத்ரியின் மூக்கின் அருகில் கொண்டு போனாள். உரித்தபின், அந்தப் பச்சையான, ஈரம் தோய்ந்த இடத்தை ஒரு கூர்மையான கல்லால் குத்தி, “இப்ப இங்கே மோந்து பார்” என்றாள்

பிரமீளா. மரத்தில் குத்தப்பட்ட இடத்தை மோந்து பார்த்த காயத்ரியின் முகம் மலர்ந்தது. "ஹூம் . . . ஹா . . !" என்று இரண்டு பக்கமும் நாசி தட்டையாகும்படி, மரத்தையே உறிஞ்செடுத்து விடுவதுபோல மோந்து பார்த்தாள் காயத்ரி. அவளுடைய கண்கள் மூடிக்கொண்டன. உடம்பு பூரா சந்தன வாசனை பரவசமாய்ப் புகுந்து கொள்ள, மூடின கண்களுக்குள் வரிசையாக, ஒன்றன்பின் ஒன்றாக, சந்தன மர மூர்த்திகள் காட்சியளித்தன. பிள்ளையார் . . . லஷ்மி . . . சரஸ்வதி . . . இராஜ ராஜேஸ்வரி . . . கிருஷ்ணர் . . . வெங்கடா சலபதி . . . இத்யாதி.

"காயத்ரி, அப்படிப் பண்ணாதே! உம்மாச்சியை மோந்து பார்க்கக் கூடாது! தப்பு!"

மென்மையான பட்டுத் துணியில் சுற்றி வைத்திருக்கும் வழவழப்பான சந்தன மூர்த்திகளை, துணியை அகற்றி, சட்டென்று மோந்து பார்க்கும் கள்ளத்தனத்தைப் போலவே அந்தச் சந்தனத்தின் நறுமணம் திருடிக்கொண்டு வரும். சுகந்தம் காயத்ரியை ஒரு ரகசியம் போலச் சூழ்ந்து கொள்ளும்.

இப்பொழுது அந்தச் சந்தன மரத்தை மீண்டும், மீண்டும் அன்புடன் தடவிப் பார்த்தாள் காயத்ரி.

"எதற்குப் பாட்டி இந்த உம்மாச்சிகளை இப்படிப் பட்டுத் துணியில் மூடி, மறைத்து வைத்திருக்கே? நம்ப வரவேற்பறையில் வைத்தால் ஜம்முனு இருக்குமே?" என்பாள் காயத்ரி.

"வேண்டாம் குழந்தே. காற்றுக்குத் திறந்து வைத்தால் அதனுடைய மணமே ஆவியா பறந்து போயிடும். வாசனையை அப்படியே 'கப்'புனு பொத்திவச்சுக் காப்பாற்றணும்."

"பிரமீளா, நீ ரொம்ப லக்கி கர்ல்!" என்றாள் காயத்ரி.

"நோ, நோ காயத்ரி! உனக்குத் தெரியுமா? இந்த மரத்தைச் சீக்கிரமே ஸ்டேட் கவர்ன்மெண்ட் ஆட்கள் வந்து, வேரோடு பிடுங்கி எடுத்துண்டு போகப் போகிறார்கள்! சந்தன மரம் அரசாங்கப் பொதுச் சொத்தாம். கொஞ்ச நாள் இதை மறைத்து வெச்சிருந்தோம். ஆனால் சந்தனம் என்று எப்படியோ தெரிந்து போச்சு" என்ற பிரமீளாவின் முகம் சட்டென்று கூம்பிப் போயிற்று. காயத்ரி அவள் சொன்னதைக் கேட்டு, மிகவும் அதிர்ச்சியடைந்தவளாய், உறைந்து போய் நின்றாள். அவள் மனத்திற்குள் புதிர்போலக் கேள்விகள் எழும்பின.

சந்தன மரம் பிரமீளா வீட்டிற்குச் சொந்தமில்லை யென்றால், பின்னே அது ஏன் மற்ற எல்லா இடங்களையும்

விட்டுவிட்டு இவர்கள் வீட்டைக் குறிபார்த்து, வேர் ஊன்றி இத்தனை நாட்களாகக் கொத்தும் கிளையுமாக வளர்ந்தது? இதை இப்போது வேரோடு பிடுங்கியெடுத்து, வேற்றிடத்தில் பேணி வளர்க்கணுமா?

தோற்றத்தில் "சாதாரணமாக" இருந்த சந்தன மரம் கிட்டப் போனால் மணக்கிறது. ரமாவை நெருங்கினால் அல்லவா அவளுடைய அசல் மணம் தெரியும்? ஆனால் அதற்குப் புத்திசாலித்தனமான அணுகுமுறை தேவை. பெற்றோருக்கும் புக்ககத்தினருக்கும் அவள் அருகில் இருந்தும் அவள் மணத்தை உணர முடியவில்லை. துரையைப் பற்றியும் ஒன்றும் சொல்ல முடியவில்லை. ஏதோ பிடிப்பில்லாத போக்கில் நழுவிக்கொள்ளும் பேர்வழி. தன்னிடமிருந்து தானே தப்பித்து ஓடும் மனிதர்.

ரமா, நீ இப்படியே இவர்கள் கண்களுக்கு ஒரு சாதாரண மரமாய், எல்லாச் சராசரிப் பெண்களையும் போல நாடோடி யாக, கல்யாணம் என்ற ஒரு சம்பிரதாயத்துக்குக் கட்டுப்பட்டு, குழந்தைகளைப் பெற்றுக்கொண்டு, சமைத்துக்கொண்டு, கூடவே உத்தியோகத்தின் பொறுப்புகளைக் கழுதைமாதிரி சுமந்து கொண்டு சம்சாரம் பார்த்துக்கொண்டு, மலிவான புடவை களை நேர்த்தியாகக் கட்டிக்கொண்டு, இருந்து வா. இந்தக் குருட்டு உலகை ஓசைப்படாமல் ஏமாற்று. இவர்களெல்லாம் தடித்தனமாக உன்னை இப்படியே குத்திக் குதறட்டும். அப்ப தான் அடிபட்ட அந்தப் 'பச்சை' இடத்திலிருந்து, 'குப்' பென்று உன் மணம் எழும்பும், உன் பேனாவில் மை கசியும். வலி எழுப்பும் ஒலியைப் பதிவுசெய்து கொண்டே வா, உன் பாணியில்—தெளிவாக, 'சல சலவென' ஓடும் ஒரு நிர்மலமான நதியைப் போல உனது உரைநடை வழியில் கிடக்கும் எல்லாவற்றையும் அலம்பிவிட்டு, தூய்மைப்படுத்திய படி ஓடட்டும்...

கொழுந்தர் வீட்டை நெருங்குவதற்குள், "அம்மா, எங்கே போனே என்னை விட்டுட்டு?" என்று ஓடி வந்து என் மீது பாய்ந்தான் அரவிந்த்.

"என்னம்மா காயத்ரி, லேட்டாயிடுத்தா? உன் மன்னி அரைமணியா வாசலை எட்டிப்பார்த்தபடி இருக்காள்" என்றார் கொழுந்தர். "ஸாரி அண்ணா. வாங்க, கோவிலுக்குக் கிளம்பலாம்."

***

சிதம்பரத்து நடராஜர் கோவிலின் குருக்கள் மாலை பிரதான அபிஷேகத்தில் தடபுடலாக ஈடுபட்டிருந்தார்கள்.

இந்தச் சின்ன ஊரின் கோவில் மூன்றாம் ஜாமப் பூஜைக்கு அக்கறையாக மேற்கொண்ட ஒப்பனை! குருக்களின் கழுத்தில் தொங்கும் மாலையின் ஒவ்வொரு ருத்திராட்சத்தின் முனையிலும் தங்க முலாம் பூசிய வெள்ளிக் குமிழ். அவர்கள் கட்டின வேஷ்டியின் ஜரிகைப் பட்டுக்கரை இடுப்பைச் சுற்றிச் சீரா, பட்டையாக வரும்படி மிகவும் நேர்த்தியாகக் கட்டிக் கொண்டிருந்தார்கள். அவர்களது நடை, உடை எல்லாமே எதோ ஒரு பதினேழாம் நூற்றாண்டின் நாகரிகத்தை நினைவூட்டியது.

ஒரு பெரிய ஸ்படிக லிங்கத்தின் மீது பூஜை அபிஷேகம் நடந்துகொண்டிருந்தது. சில விநாடிகளுக்கு மூடப்பட்டிருந்த திரை விலகியது. பளிங்குபோல ஸ்படிக லிங்கத்தின் மீது 'குப்' பென்று வியர்த்துக் கொட்டினாற் போல, முத்து முத்தாகச் சோற்றுப் பருக்கைகள். பிரசாதத்தை வழித்து, ஒரு பாத்திரத்தில் நிரப்பி, அதன் வாயின்மீது ஒரு சுத்தமான துணியைப் போர்த்தினார். பிறகு 'சிதம்பர ரகசியம்'. அதற்கும் பிறகு, ஜகஜோதியாக ஒரு தீபாராதனை.

அடுக்கு விளக்கில் வரிசை, வரிசையாக விளக்குகள் எரிய, வலுவான கை அந்தப் பளுவான அடுக்கு விளக்கை உயரே ஏந்தி வட்டமாகச் சுற்றிச் சுற்றி வந்தது. ஒரே மாதிரி, சற்றும் இடைவெளியில்லாமல் மணியோசைகள் கணீரென்று ஒலிக்க, ஒலிகளின் நடுவே ஒளி பாய்ந்து, ஆயிரங்கால் மண்டபத்தின் இருட்டுப் பொந்துக்குள் பளீரிட்டு மறைந்தது. என்னைச் சுற்றிப் பார்த்தேன். வத்ஸலா மன்னியும் என் கொழுந்தரும் கண்களை மூடியபடி நின்றனர். அரவிந்த் வைத்த கண் வாங்காமல், கண்களைச் சுழற்றியபடி, வட்டமிடும் அந்தத் தீபாராதனையைப் பார்த்தபடி நின்றான். எண்ணெயில் தோய்த்த திரிகள் ஒரு பக்கமாகக் கொழுந்துவிட்டெரிந்தன.

அக்னியே, தீயாக நீ எத்தனைக் கோடி ரூபங்கள் எடுக்கிறாய்? இந்த அடுக்கு விளக்கின் ஒவ்வொரு எண்ணெய் தோய்ந்த திரியின் மீதும் இத்தனை கம்பீரமான பொலிவுடன் உட்காரும் நீ, நம் நாட்டின் வடக்குப் பிரதேசங்களை உன் நாக்கை நீட்டித் தீக்குழம்பாக்குகிறாயே? அங்கே குறைவான வரதட்சிணை கொண்டுவரும் மணப் பெண்களைச் சிறிதும் கூசாமல் சுட்டுப் பொசுக்குகிறாயே? தென்னிந்தியாவில், அதே குறைவான வரதட்சிணை கொண்டுவரும் மாட்டுப் பெண்களை ஒரேயடியாகச் சாகடிக்கத் தைரியமில்லை. அவர்களை உயிரோடு சித்திரவதை செய்யும் தென்னிந்தியர்களின் நாக்கில் ஒளிந்துகொண்டு, சுட்டுச் சொற்களால் எரித்தழிக்கிறாயே? பெண்களுக்கு எத்தனை தினுசு தீக்குளிப்பு!

பாகம் 2

1

வரும் ஞாயிறு இந்தப் புதிய டி.டி.ஏ. ஃப்ளாட்டில் கிரகப்பிரவேசம். இதைச் சில நெருங்கிய நண்பர்களுடன் கொண்டாடத் திட்டமிட்டிருந்தோம். மைசூரிலிருந்து அம்மாவும் அப்பாவும் வந்திருந்தார்கள். கிரகப்பிரவேசத் திற்கான புதிய சாமான்கள், பிரிக்காத பார்சல்களை யெல்லாம் திரட்டி, கடைசி ஓரத்தில் இருக்கும் அறையில் வைத்து, அறைக்கதவில் ஒரு பூட்டை மாட்டினேன். இரவு மீண்டும் எங்க பழைய ஃப்ளாட்டிற்குப் போய், சாமான்களையெல்லாம் முழுக்கப் 'பேக்' பண்ணி, இங்கு எடுத்து வரும்வரை இங்கேயும் பாதுகாப்பு வேண்டி யிருந்தது. இங்கே வெள்ளையடிப்பு, பெயிண்டு வேலை எல்லாம் மேற்பார்வையிட்டு, இதோ இரவில் மணி பத்தடித்துவிட்டது. மீண்டும் எங்க கர்ஸன்ரோடு ஃப்ளாட் டிற்குக் கிளம்பணும். பின் வராந்தாவில் மேஸ்திரியுடன் பேசிக் கொண்டிருக்கும் சங்கர் வரட்டும் என்று காத் திருந்தபடி, இந்தப் புதிய ஃப்ளாட்டின் வரவேற்பறை யின் பெரிய ஒற்றை ஜன்னல் அருகில் நின்றபடி வெளியே பார்த்தேன். ஏதோ பிரம்மாண்டமான உலகைச் சுருக்கி, 'ஃப்ரேம்' போட்டுக் கட்டுப்படுத்துவது போல ஜன்னல் வழியாக வெளி உலகம் காட்சியளித்தது. இருட்டை ஊடுருவிப் பார்த்ததில், அக்கம் பக்கத்தில் இருக்கும் டி.டி.ஏ. ஃப்ளாட்டுகளின் ஜன்னல்கள் மங்கலான ஒளி யுடன் மிளிர்ந்தார்கள். ஒவ்வொரு ஃப்ளாட்டையும் காட்டிக்கொடுக்கும் கண்கள்போல ஜன்னல்கள், மனிதர்கள் மூச்சுவிடச் சின்னச் சின்ன துவாரங்கள். இந்தச் சின்ன ஃப்ளாட்டுகள் மனிதர்களையும் தட்டி, குட்டி, தன் அளவிற்குச் சரியாக அடங்கும்படிச் சிறுமைப் படுத்திவிடுமோ?

முதல் மாடி ஜன்னலிலிருந்து எட்டிப் பார்த்தால் கீழே இரவின் தெருவிளக்குகளின் மங்கலான ஒளியிலும் பச்சைப் புல், செடி, மரங்கள், சாலைகள் வீற்றிருந்ததைப் பார்க்க முடிந்தது. பார்த்த மட்டில் என் உள்ளங்கால்களில் நமைச்சல் எடுத்தது. அரிப்பு! செருப்பைக் களைந்து மண்மேல், புல்தரை யின் மேல் பாதங்களைப் பதியவைத்து நடக்க வேண்டும்... ஓட வேண்டும்...

எங்கே ஓட வேண்டும்?

"ஆத்துக்குப் போகணும்."

"என்னடி இது காயத்ரி, ஸ்டுபிட் கர்ல்! ஆரம்பிச்சுட் டாயா உன்னுடைய பல்லவி? ஆத்துக்குப் போ... ஓ..."

"உஷ் காயத்ரி! எங்க 'க்ரூப்'பைக் கலைக்காதே. இப்பதான் விளையாட்டில் வெறி ஏறிண்டு வரது! ப்ளீஸ்...!"

"முடியாது! எனக்கு நேரமாச்சு. தாத்தா காத்துண் டிருப்பார். டாடா! நாளைக்குப் பார்க்கில் சந்திப்போம்!"

"போய்த் தொலையடி, காயத்ரி! ஆனால் நாளைக்கு நீ பார்க் வரச் சிரமப்பட வேண்டாம். எங்க 'க்ரூப்'லிருந்து உன்னை 'எக்ஸ்பெல்' பண்ணப்போகிறோம்!"

"ஓ கே!"

என்று சிரித்தபடியே இந்த வசவை ஏற்றுக் கொண்ட காயத்ரி, கவுன் கீழே நீண்ட கால்கள் தெருவை அளக்க, வீட்டைப் பார்க்க ஓடினாள். பசுமையான புல்வெளி கொண்ட தோட்டத்தில் பதித்த மாணிக்கம் போல விசால மான "ரிட்ரீட்", பளபளவென மரவேலை, வழவழவென்ற தரையுடன் ஒரு குளுமையான பிரசன்னம்.

"தாத்தா, ஐ ஆம் ஹோம்!"

"ஹல்லோ தேர், பேபி!" குனிந்து முத்தமிடும் அந்தப் பொலிவான முகம், "ரிட்ரீட்டின்" முன் முகப்பை போலவே... காயத்ரியின் முகம் அவர் புஜத்தில் புதைந்தது. பழக்கப்பட்ட அந்தப் பியர்ஸ் ஸோப், யார்ட்லே பவுடரின் மணம் அவரிட மிருந்து எழும்பிக் காயத்ரியை இதமாகச் சூழ்ந்துகொண்டது.

சே! இது என்ன ஏக்கம்? இதற்கு இடம் தரக் கூடாது. திரும்பி அறைக்குள் காரை பூசின சுவர்களையும் சர்க்கார் பாணியில் அமைந்திருந்த சாதாரண மரக் கதவுகளையும் ஜன்னல்களையும் போலி 'மொஸைக்' தோற்றத்தை முயலும் சாம்பலும் கறுப்புமான கலவைத் தரையைப் பார்த்தேன்.

ஆனால் இதை இத்தனை வருடங்களுக்குப் பிறகு நாங்கள் கஷ்டப்பட்டுச் சேகரித்த பணத்தில் வாங்கினதால் இதுவும் ஒரு அருமையான அடைக்கலமாயிற்று. இந்த ஃப்ளாட்டில் முதன்முறை அடிவைத்து, பால் காய்ச்சின அன்று சங்கர் என்னமா உருகிப்போனார், என் எலும்புகள் கரையும்படி. தன் சொந்த மனைவியிடமே ஒரு ஆண் இப்படிக் கெஞ்சுவது அவசியம்தானா?

"நம்மைச் சுற்றி நான்கு கரடுமுரடான சுவர்கள். மேலேயும் கீழேயும், பேருக்குக் கூரை, தரை, உண்மைதான். எல்லாமே அரை குறையான உடைமை தான். காயத்ரி... ஆனால்..." என்றார்.

என் இரு கைகளையும் இறுகப் பற்றியபடி...

"இதே அரைகுறைக் கட்டடத்தை ஒரு வீடாக்க உன்னால் தான் முடியும். ஒரு பெண்ணால், அதுவும் ஒரு மனைவியால் தான் அதை வீடாக்க முடியும். காயத்ரி, ஒன்லி யூ கேன் எ ஹோம் அவுட் ஆப் எ ஹவுஸ்!" திடீரென்று உணர்ச்சி வசப்பட்டார். நான் மௌனமாக, பலமாகத் தலையாட்டினேன். என்னால் ஆனதை என் சக்தியெல்லாம் திரட்டிச் செய்வேன் என்று மனத்திற்குள் உறுதிப்படுத்திக் கொண்டேன். குறைந்த பட்சம் மற்ற அழகான தில்லி வீடுகளையோ, மைசூர், பெங்களூர் வீடுகளையோ இத்துடன் ஒப்பிட்டுக் குறை சொல்லாமலாவது கட்டுப்படுத்திக்கொள்ளணும் என்று முடிவு செய்தேன். இன்னும் இரண்டு நாட்களில் முறையாகக் கிரகப்பிரவேசம்.

"காயத்ரி! வா கிளம்பலாம்."

***

அதிகாலையில், இரண்டு வாத்தியார்களின் துணை யுடன், கணபதி ஹோமத்துடன் கிரகப் பிரவேசம் தொடங் கியது. எங்களைச் சுற்றி நெருங்கிய நண்பர்கள். சங்கர் ஆபீஸி லிருந்து மூன்று பேர், அவர்களில் மணி ஒருவர். வந்தவுட னேயே சபை நிறைந்தாற்போல இருந்தது. அறிவைச் சிந்தும் அபார, பிரகாசமான முகம். எங்க ஆபீசில் என் பிரிவின் சுரேஷையும் அழைத்திருந்தேன். பிறகு ஷீலா குல்கர்னி, அவளு டைய அம்மா, ரமா, துரை, குழந்தைகள் எல்லோருமாகச் சேர்ந்து, உட்கார்ந்து, சிரிப்பும் கும்மாளமுமாய்ச் சாப்பிட்டு எழுந்திருந்தோம்.

வெற்றிலை பாக்குப் போட்டுக்கொண்டபடிச் சிலர் வரவேற்பறையிலும் சிலர் படுக்கை அறைகளிலும் உட்கார்ந்து

கொண்டார்கள். ஷீலாவின் அம்மா, திருமதி குல்கர்னி எங்கம்மாவிடம் சொன்னார்.

"நீங்க வந்து காயத்ரியின் கிரகப்பிரவேசத்தை நன்னா நடத்திக் கொடுத்துட்டேள். இந்த வீட்டையும் கச்சிதமா அலங்கரித்து வச்சிருக்கா காயத்ரி."

"என்ன பிரமாத அலங்காரம் மாமி? உங்க வீட்டை ஷீலா என்னமா அழகாக வைத்திருக்கிறாள்! அதைப் பார்க்க இதில் விசேஷமொன்றும் இல்லை" என்றாள் அம்மா.

"என்னமோ போங்க, அழகாக இருக்கலாம். ஆனா எங்க வீட்டிலே உயிரேயில்லை என்றும் சொல்லலாம்" என்றார் திருமதி குல்கர்னி.

ஷீலாவின் முகத்தில் ஒரு மாறுதல் மென்மையாகப் பதிவாயிற்று, ஒரு வயதைக் கடந்தவுடன் கல்யாணம் என்பது சுலபமா? இவள் தொழில் துறையிலும் அதற்கு வெளியிலும் சந்திக்க நேர்ந்த சில ஆண்கள் இவளுக்கு எத்தனை அருவருப்பான நிகழ்ச்சிகளை மனத்தில் தங்க வைத்தார்கள்!

"நீங்க என்னவோ சொல்லுங்க மாமி, ஒரு மாப்பிள்ளை வந்த பிறகுதான் எங்க வீடு ஒரு வீடுபோல இருக்கும்" என்றார் தொடர்ந்து திருமதி குல்கர்னி.

"கவலைப்படாதேங்கோ. சீக்கிரமே மாப்பிள்ளை வருவார். ரதிமாதிரி இருக்கும் நம்ப ஷீலாவை மணந்து கொள்ள யாருக்கு வலிக்கும்!" என்றாள் அம்மா. ஷீலாவின் கண்கள் என் மீதும், ரமாவின் மீதும் பாய்ந்தன. எங்க அம்மாக்களின் எளிமையான தருக்க நியாயங்களையும் மீறி அமையும் புதிர் போன்ற ஆண்–பெண் கோணல்களைப் பகிர்ந்துகொண்டன ஷீலாவின் அழகிய கண்கள். அம்மா போற்றும் ஷீலாவின் இந்த அழகே சமயத்தில் அவளுக்குச் சிக்கல்படுத்தும் சுமை யாக அமைந்துவிடுகிறது. திடீரென்று அறையில் மௌனம் கனத்தது. இதைக் கலைக்கக் காபி உதவலாம் என்று நினைத்தேன்.

"மணி நாலாகப் போகிறதே? எல்லோருக்கும் காபி கலந்துண்டு வரச் சொல்றேன் அந்தச் சமையல்கார மாமாவை" என்றபடி எழுந்தேன்.

"வேண்டாம். கொஞ்ச நேரம் ரிலேக்ஸ்டா உட்காறேன் காயத்ரி. காலையிலிருந்து இத்தனை வேலை செஞ்சாயிற்று" என்று மறுத்தாள் ரமா. திருமதி குல்கர்னி என்னைப் பார்த்துச் சிரித்தார்.

"காயத்ரி என்றைக்கும் இப்படித்தான். துறுதுறுவென்று கிளம்பிவிடுவாள். அவள் உடல் வாகும் அப்படி; சின்ன பெண்ணைப் போல, வெடவெடன்னு". எல்லோரும் அவளுடன் சேர்ந்துகொண்டு சிரித்தார்கள்.

"ஆமாங்க. இவங்க ஆபீஸிலும் இப்படித்தான் குடுகுடுன்னு ஏதாவது செஞ்சிண்டிருப்பாங்க, வீடு கிளம்பறவரையிலும். யாரு சொல்லுவாங்க, இவருக்கு மெடிக்கல் இரண்டாவது படிக்கும் ஒரு பையன் இருக்கான்னு!" என்றான் சுரேஷ். சகிக்க முடியாமல் பேச்சு நீண்டுகொண்டே போயிற்று. நான் சமையலறையில் காபி தயார் பண்ண உதவினேன்.

அவர்கள் சொல்லும் இந்த உடம்பு! சாட்டை எடுத்து, என்னையே அடித்துக்கொள்ளாத குறையாக நான் இந்த உடம்பை விரட்டி விட்டுக்கொண்டு, எனக்குப் பணியவைத்தேன். முன்பு நான் பயின்ற நாட்டியத்திலும் சரி, இப்பொழுது பயின்றுவரும் 'யோகா'விலும் சரி, இந்த உடம்பு எனக்குச் சொந்தமா, அல்லது நான்தான் இதற்கு அடிபணியிறேனா என்று சொல்லத் தெரியாது. என் உடம்பிற்குள் நானே ஒரு சைத்தான் மாதிரி புகுந்துகொண்டு ஆட்டி வைப்பேன். என்னைத் தலைவரை கவிழ்த்து மூழ்கடித்து, திக்குமுக்காடச் செய்யும் வாழ்க்கையுடன், பெருகிக்கொண்டே வரும் ஆபீஸ் பொறுப்புகளுடன் போராட, என் உடம்பை எனக்கு உதவி செய்யும்படி கட்டுப்படுத்திக்கொண்டேன். அதன் விளைவு! இதோ இப்படி 'இளமை' 'பராமரிப்பு', அது இதுவென்று மொழிபெயர்க்கிறார்கள், பண்ணிட்டுப் போகட்டும். ஆனால் எனக்கு மட்டுமே தெரியும், நான் போகத் தயார் என்று...

தயார்!

அதுதான் முற்றிலும் எதிர்பாராத நிகழ்ச்சி போல ஒரு நாள் நடந்தது. அதற்குப் பிறகு, மீண்டும் மீண்டும் ஒரு குரல் உள்ளிருந்து கேட்கிறதே...

சின்ன சின்ன முடிச்சுகளாகப் பிரிந்துபோன கும்பல்களைக் காபி தளர்த்தி, சேர்த்து வைத்தது.

"விருந்து மட்டுமல்லாது, ஒரு நாளே இனிமையாகக் காயத்ரிஜியின் வீட்டில் கழிந்தது" என்றார் சுரேஷ் சங்கரிடம்.

"ஆமாம்பா. நேரம் போனதே தெரியவில்லை. அடுத்தது எப்ப சந்திப்போம், எல்லோருமா?" என்றார் துரை.

"அட! அப்படிச் சொல்லிட்டா ஆச்சா?" என்றார் மணி.

காவேரி 93

“அடுத்தது உங்க வீட்டிலேன்னா விருந்து! இதோ இன்னும் சில நாட்களில் ரமாவின் நாவலான மிதவை மரம் வெளிவரப் போகிறது: அதையொட்டி நீங்கள் நிச்சயம் விருந்துவைக்க வேண்டும்” என்றார் மணி, உற்சாகமாக. துரை அதற்குப் பதில் ஏதும் சொல்லாமல் நின்றார்.

“விருந்தா? எங்க வீட்டிலேயா?” என்று சிரித்தாள் ரமா.

“ஏன் அப்படிச் சொல்றே?” என்றாள் எங்கம்மா. ரமாவின் உதட்டில் மிக மெல்லிய புன்னகைக் கீற்றுப் படிந்தது. நான் அவளையே கவனித்தவண்ணம் நின்றேன்.

ரமா, நீ தங்கும் இடம் உனக்கு ஒரு தற்காலிகமான தர்மச் சத்திரம். நீ இன்னும் எங்கேயெல்லாமோ போவதற்காகப் பிறந்திருக்கிறாய். உன்னையே நம்பு. தைரியமாக இருந்து கொண்டு வா. மிதவை மரத்தை வாசகர்களுக்கு அளித்த பிறகு, நீ உன் திசையைத் தேடிக்கொண்டு மிதந்து போ... வாழ்க்கை நதியில்.

இதையெல்லாம் வார்த்தைகளால் கொச்சைப்படுத்தாமலேயே அவளுக்கு மௌனமாய்த் தெரிவித்தேன். அவள் புரிந்து கொள்ளலாம்... பிறகு, மணியைப் பார்த்துச் சொன்னேன்:

“அதற்கென்ன, ‘மிதவை மரம்’ வெளியீட்டை ஒட்டி மீண்டும் இங்கேயே, எங்காத்துலேயே கூடலாமே, நாம்பள்ளாம்?” என்றேன்.

“கிரேட் ஐடியா!” என்று ஆமோதித்த சங்கரின் குரல், மற்றவர்களின் “ஹுரே! யெஸ், யெஸ்!” என்ற ஆரவாரத்தில் மூழ்கியது.

2

சங்கர் வரவேற்பறையில் ஆபீஸ் பைல்களைப் புரட்டியவாறு மூழ்கியிருந்தார். இந்த ஃப்ளாட்டுகளின் எதிர்புறமாக இருந்த சதுரமான பார்க்கில் குழந்தைகள் சிரித்து, கும்மாளமிட்டு விளையாடும் ஓசைகள் மெல்லத் தேய்ந்தாற்போலக் கேட்டது. மற்றபடி வீடு நிசப்தமாக இருந்தது. ஏனென்றால் அடிக்கடி மேற்கு நாட்டுப் பாட்டு இசையை உரக்க 'டேப் டெக்கில்' போட்டு அதில் திளைக்கும் அரவிந்த் வீட்டில் இல்லை. டென்னிஸ் விளையாடப் போயிருக்கிறான். படித்த களைப்புத்தீர டென்னிஸ் ஆட்டத்தில் இறங்கிய அரவிந்தை அதுவும் கெட்டியாகப் பிடித்துக் கொண்டது! பன்னிரண்டாம் வகுப்பைச் சிறப்பாக முடித்துக்கொண்ட கையோடு, 'மெடிக்கல்' தேர்வையும் அனாயாசமாகக் கடந்து, இப்பொழுது மெடிக்கல் இரண்டாம் வருட படிப்பில் தீவிரமாக ஈடுபட்டிருந்தான் அரவிந்த். இப்பொழுது டென்னிஸில் ஏதோ ஒரு சிகரத்தை எட்டிப்பிடிக்க, அயராமல் முயன்று, இந்தத் தேர்ச்சி அவனை நெடு நெடுவென ஆஜானுபாகுவாகச் சங்கரைவிட மிகவும் உயர்ந்து நிற்க வைத்தது. "குழந்தை அரவிந்த் பட்டை யிட்ட வைரம்டி" என்று பூரித்துப்போய் அவனுக்குத் திருஷ்டி கழிப்பாள் அம்மா. ஏன், சுத்திப்போடும் அம்மா வையே திருஷ்டி கழிக்கலாமே. அவளுடைய அசாதாரண முகக்களையைத் தானே கொஞ்சம் பிட்டுத் திருடிக் கொண்டு பிறந்திருக்கிறான் அரவிந்த் . . .

எண்ணங்கள் சங்கிலி போலப் பிணைத்தன. நான் கண்களை மூடிக்கொண்டு கை, கால்களை இந்தச் சுலப மான பத்மாசனத்தில் ஒடுங்கிக்கொண்டு, என் நரம்புகளைத் தளர்த்தி விட்டுக்கொண்டு அதே சமயத்தில் என்னையே ஸ்திரப்படுத்திக்கொண்டேன்.

எப்படியாவது இந்த வாழ்க்கை ஓங்கிவிடும் குத்து, மொத்துக் களைத் தாங்கிக்கொண்டு உடம்பு கட்டையாக விறைத்துப் போகாமல், தொய்வுடன் எளிதில் வளைந்துகொடுக்க வேண்டுமே என்று "யோகா" பயின்று வருகிறேன். மூப்பின் மறுப்பைத் தெரிவிக்கும் எலும்புப் பிணைப்புகள், அவைகள் 'கிரீச் கிரீச்' என்று துருவடைந்த கீல்களைப் போல ஓலமிடுவதை ஓரள வாவது 'யோகா' சாந்தப்படுத்தும் என்ற நம்பிக்கை... எப்படி யாவது எதிர்நீச்சல் போட வேண்டுமே வாழ்க்கையிலே, ஆபீஸில்.

ஆபீஸ் வேலையையோ விட முடியாது. என் சம்பளம் நின்றுவிட்டால் ஒவ்வொரு மாதமும் டி.டி.ஏ. தவணையைக் கட்டிய பிறகு உடுத்த முடியாது... உடுத்தினால் உண்ண முடியாது அதற்காக என்னைக் கடும் உழைப்பிற்குத் திடமாக்கிக் கொள்ள வேண்டும். இவர்கள் என்னவென்றால் இளமை, அது, இதுவென்று அர்த்தங்களை ஒட்ட வைக்கிறார்கள். என்றோ ஒரு காலத்தில், இப்பேர்ப்பட்ட முகஸ்துதிகளை ஒருவித வெட்கங்கெட்ட ஆர்வத்துடன் தாகமாகக் குடித்தவள் தான், இல்லையென்று பொய் சொல்லவில்லை. ஆனால் இப்பொழுது? அதுவும் நான் "தயார்" என்று மண்டையில் அடித்தாற்போல எனக்கே தெரிந்தவுடன்?

தயார்!

அது எப்படி நிகழ்ந்தது ஒரு நாள், முற்றிலும் எதிர்பாராத விதமாய்! பிறகு, ஏதோ ஒன்று வெளிச்சமாகி, மீண்டும், மீண்டும் ஆசை காட்டுகிறது.

அன்று... ஆபீஸில் எங்க சிலருக்கு மிகவும் விரைவாக் இயந்திரம் போல இயங்க வேண்டிய நிர்ப்பந்தம். இது புதிதொன்றும் இல்லை. 'பிரைவெட் செக்டரின்' ஒரு சராசரிச் சூழ்நிலை. இதற்கு ஈடுகொடுக்க என்னுடைய கூட்டாளிகளும் நானும், "சாமர்த்தியம்" என்று ஏதோ ஒன்றைக் குறிப்பிடுவார் களே, அந்தச் 'சாமர்த்தியத்தை' மார்பின் கவசம் போல அணிந்துகொண்டு, புத்திசாலித்தனத்தை வஞ்சம் தீர்த்துக் கொள்வது போலக் கொட்டினோம், 'போர்ட்' மீட்டிங்கில், 'குளோஸ்ட் டோர்' மீட்டிங்கில், வெவ்வேறு கட்டங்களில். அப்படிச் சமாளிக்காவிட்டால் வேலை பறி போய்விடுமே என்ற நிலைமை வலியுறுத்த, ஏதோ ஒரு உந்துதலில் எடுத்ததை முடித்து, வீடு திரும்பினேன். வீடு வந்து சேர்ந்த எனக்கு மூளையின் பாரம் அனாவசியமாகப் பட்டது. அதைக் கழற்றிவைத்துவிட்டு, டேப்பில் பாட்டைப் போட்டேன். பீம்ஸேன் ஜோசி, ஓம்கார்நாத் தாகூர், எம்.எஸ். சுப்புலட்சுமி,

இத்யாதி. மூளையை இறக்கி வைத்துவிட்டுப் பாட்டைக் குடித்தேன். உடம்பு பூரா தளர்ந்து விட்டுக்கொண்டது. பாட்டு இதமாக மனம் பூரா பரவியது. குபுகுபுவென உடம்பு பூரா பாய்ந்தது. பிறகு மண்டை ஓட்டுக்குள் புகுந்து, ஜுர வேக மாய்ப் பிடித்துண்டு, ஒரு இன்பமான பயித்தியம் என்னை ஆட்டிவைத்தது. அப்பொழுதுதான் அது நேர்ந்தது.

–உடம்பின் மேல் இருக்கும் எல்லா ஆடைகளையும் களைந்தெறிய வேண்டும் என்றதொரு வெறி.

–பிறகு, தோலை உரித்து எறிய வேண்டும் என்ற வெறி.

–எல்லாவற்றையும் மூக்கையும் காதுகளையும், கண்களை யும் களைந்து எறிய வேண்டும்.

–என் பெயரையே காலால் அழித்து அகற்ற வேண்டும்.

–அதற்கும் பிறகு, இந்தப் பாட்டிலேயே மிதந்துக்கொண்டு, எல்லாவற்றையும் விட்டுட்டுக் கிளம்பிட வேண்டும். ஆமாம். கிளம்ப வேண்டும்! இது ஒரு அழைப்பு. நான் கிளம்பத் தயார் ... மனம் மட்டும் மேலே பறக்கச் சிறகடித்துத் துடித்தது. ஆனால் உடம்பு? யோக நிஷ்டைகளால் விரிவடைந்த என் உயிரணுக்கள் அதே சமயத்தில் ஒரு வேதியியல் சாஸ்திரப்படி தேவைக்கு மீறிக் கெட்டியானாற் போலவும், இந்த வாழ்க்கையை ரொம்பக் கேவலமாக, முரட்டுக் குரங்குப் பிடியாகப் பிடித்து வைத்திருப்பது போலவும் உணர்வு வந்து என்னை அவமானப் படுத்தும். சே! இப்படியிருக்க, சில மனிதர்கள் வெறும் சாதாரண ஜலதோஷம் வந்தாலும், நாசூக்காக இரண்டுமுறை மூக்கைச் சிந்தியபின், 'பொசுக்'கென்று மறைந்துவிடுகிறார்களே!

"அப்படித்தான் கட்டுக்கடங்காமல் எண்ணங்கள் ஒன்றுடன் ஒன்று சங்கிலியாகப் பிணைந்து கொள்ளும். அது இயல்பு. அத்துடன் எதிர்த்துப் போராடவும் கூடாது. அதை வலிய அழைக்கவும் கூடாது, அவை தானே தேய்ந்து மறையும்வரை", என்பார் சுவாமி யோகேசாநந்தா. அதற்குப் பிறகு நான் என் எண்ணங்களையே பார்த்து மிரண்டு கலவரப்படுவதைக் கைவிட்டேன்.

பத்மாசனத்திற்குப் பிறகு 'ஸர்வாங்காசனத்தில்' கால்களை உயரே தூக்கி நிறுத்தினேன். ஸ்திரப்படுத்திக்கொண் டேன். கால்கள் நிலையாக நின்றபின் 'சிரசாசனத்தில்' தலை கீழாக நின்றேன். சற்றே தடுமாறின என் காலகளை ஆடாமல் மேலே உயர்த்தி நிறுத்தினேன். 'குபுகுபு'வென ரத்தம் தலைக்குப் பாய்ந்தது. கால்கள் மெதுவாகத் தங்கள் பளுவை இழந்து லேசாயின. தோள்களும் தலையும் கூட இடை குறைந்தாற்

போல உணர்ந்தேன். அப்பாடி! இந்தத் தலைகீழான பார்வை தான் உதவும், தலைகீழான உலகத்தைப் புரிந்துகொள்ள! இலங்கையில் நூற்றுக்கணக்கான தமிழர்கள் நசுக்கிக் கொல்லப் பட்டாலும், இச்செய்தி மரியாதையாகச் செய்தித்தாள்களின் முதல் பக்கத்தைப் பஞ்சாப் பிரச்சினைக்காக இடம் விட்டு, மூன்றாம் அல்லது நான்காம் பக்கத்தில் சின்ன இடத்தைப் பிடித்துக் கொள்ளும் வேடிக்கை... 'இந்திய மக்களே நாட்டின் சொத்து!' 'தொழிலாளிகளின் உரிமை!' என்று ஆவேசப் புரட்சிக் குரல்களுக்கிடையே மத்தியப் பிரதேசப் போபாலின் அவலமான பேரழிவு. அபாயத்தை அறிவிக்கும் சங்கொலியைப் பற்றிக் கூடத் தேர்ச்சிப் பெறாத தொழிலாளிகள் உருட்டி யடித்துக்கொண்டு தொழிற்சாலைக்குள் ஓடி விஷ வாயுவைச் சுவாசித்து உயிர்துறந்தார்கள். இடை, முகம், கழுத்து எல்லாம் பெருத்துத் தடித்த தலைநகரின் புதுப் பணக்காரர்கள், ஐந்து நட்சத்திர ஹோட்டல்களில் திணித்துத் தின்று கொழுப்படைந்த வர்கள் ஒரு புறம்... ஸுடான், எதியோபியாவில் மாதக் கணக்காய்ப் பருக்கைச் சோறு காணாத, உலகத்தின் சூனியத் தையே கண்களில் தேங்கி நிற்க, மௌனமாக நம்மை இடித்துக் காட்டும் குழநதைகளின் பஞ்சத்தில் வாடிய வதனங்கள்... எல்லாம் தலைகீழாகத் தெரியும் பார்வையை நேராக்கும் இந்தச் சிரசாசனம். சுற்றிலும் நிசப்தம். இந்த நிசப்தம் நீடிக்குமா என்று கூடவே ஒரு எதிர்பார்ப்பு. திடீரென்று எந்த நிமிடமும் வெடிகுண்டுகள் வெடித்துக் கொல்லலாம், பஸ்ஸில், டிரான் ஸிஸ்டரில், நடைபாதையில், கடைத்தெருவில்... திடீரென்று ஒரு பாவமும் செய்யாத பிரஜைகள் இறந்துபோவார்கள்... அர்த்தமில்லாத அழிப்புகள். தலைகீழ் உலகம்...

"விளக்கைப் போடலாமா?"

ஆ?

சங்கர்.

அறையில் ஒளிபாய்ந்தது. மெள்ள என் கால்களைக் கீழே இறக்கி, பிறகு எழுந்து உட்கார்ந்தேன். தரையின் மீது போட்டிருந்த அந்த விரிப்பின் மீது சங்கரும் உட்கார்ந்து கொண்டார்.

"இந்த ஸல்வார் குர்தாவில் எத்தனை சின்னப் பெண் மாதிரி இருக்காயே காயத்ரி!" என்றார். கடவுளே, இதற்குச் சங்கருமா இரையாகணும்?

"பசிக்கிறதா? அரவிந்த் டென்னிஸிலிருந்து வந்தவுடன் சாப்பிடலாமா, அல்லது உங்களுக்கு மட்டும் இப்பொழுதே போடட்டுமா?" என்று பேச்சை மாற்றினேன்.

“ஓஹோ, சும்மாயிரு காயத்ரி! யாருக்கு வேணும் இப்போ சாப்பாடு?” என்று சிரித்தார்.

“சரி, அப்ப இந்த விரிப்பை மடித்துவைத்து விடுகிறேன்” என்று எழுந்தேன். என் கையைப் பிடித்திழுத்து வலுக்கட்டாய மாக உட்காரவைத்தார்.

“அதற்கு என்ன அவசரம் இப்போ?”

“ஃபைல்களைப் புரட்டியாச்சா?” என்று நானும் சிரித்தேன்.

“ஆச்சு. சனிக்கிழமை நம்பாத்து விருந்திற்கு இன்னும் வாங்க வேண்டிய சாமான்கள் பாக்கி இருக்கா? நாளைக்கு வாங்கிக்கொண்டு வரேன்” என்றார் சங்கர்.

“எல்லாமே வாங்கியாச்சு. சும்மா நமக்குள்ளே ஒரு இன்ஃபார்மல் விருந்துதானே. எல்லோரும் நமக்கு நெருங்கிய, ரமாவிற்கும் நெருங்கிய நண்பர்கள், எங்க ஆபீஸ் உஷா ஈஸ்வரனைத் தவிர,” என்றேன்.

“ஹூம்... ராஜகோபாலன், பீதாம்பர் ஜோஷி, மணி, உஷா, அப்புறம்? மிதவை மரம் ரமா!” என்று சிரித்தார் சங்கர். ரமா எழுதிய நாவலிற்கு இப்படியொரு தலைப்புக் கொடுக்கப் போக, கடைசியில் அவளே தன் வாழ்க்கையில் ஒரு மிதவை மரமாக (Driftwood) போன விந்தையை நினைத்துப் பார்த்தேன். அவனுக்கு ‘வீடு’ என்று சொல்லிக் கொள்ளும்படி ஒன்றுமே இல்லை. ‘அகம்’ என்னும் சொல்லையே இளக்காரம் பண்ணுவது போல அழகு சொட்ட ஒரு ‘பிறந்தகம்’. இன்னொரு பக்கம் ‘புக்ககம்.’ இங்குத் தில்லியில் கணவன் துரையுடன் அமைத்துக் கொண்ட ‘அகம்’? தனக்கென்று சுய உணர்வுகள் இல்லாததுபோலப் பாவனை செய்து வந்து, முடிவில் இந்தப் பழக்கமே துரையைக் கல்லாய்ச் சமைந்து போனாற்போல உறைந்த நிலைமையில் கொண்டு விட்டது. ரமாவிற்கு இலக்கியத்தில் பெருகிக்கொண்டு வரும் நற்பெயரையோ அவள் படைப்புகளின் ஒரு அபூர்வ இயல்புடன் பளீரிடும் அழகையோ அலட்சியமாகக் கவனிக் காததுபோல இருப்பதே அவருக்கு ஒரு தற்காப்பு வித்தையாக போய்விட்டது போலும்! அன்று ஒருநாள் எத்தனை சலிப்புற்றுச் சொன்னாள் ரமா:

“சங்கர் உன்னைச் சுற்றி வீடு என்பது போல ஒரு இதமான பிரமையையாவது அமைக்கிறார் என்னைப் பொறுத்தவரையில் நான் என் குழந்தைகளுக்கு ஒரு அம்மாவின் கடமைகளைச் செய்யத்தான் வீடு திரும்புகிறேன். அந்த வீடு கொதிக்கும் என் தலையைச் சாய்த்து, சோர்ந்த உடம்பை நீட்டி, நான் தூங்க ஒரு இடம் அளிக்கிறது, அவ்வளவே தான்!” என்றாள்.

“என்ன பலமான யோசனை? விருந்தில் இன்னும் யாரைச் சேர்த்துக்கலாம் என்று சிந்திக்கிறாயா?” என்றார் சங்கர்.

“ஓ நோ! இதற்கு மேல் யாரும் வேண்டாம். உண்மையாக இலக்கிய ரசனை இருப்பவர்களுக்கு மட்டும்தான் இந்த விருந்து” என்றேன்.

மீண்டும் புன்னகைத்தபடி எனக்கு மிகவும் அருகில் வந்து உட்கார்ந்து, விரல்களால் என் தலைமயிரை அளைந்து, கேட்டார்.

“ஒரு ரகசியம் சொல்வாயா காயத்ரி? எப்படி உன்னிடமிருந்து இந்த அபாரமான வாசனை எழும்புகிறது – பூவும் பன்னீரும் சந்தனமும் கற்பூரமுமாகச் சேர்ந்த கலவை? இது எப்படி?”

“ஒன்றுமில்லை. சும்மா நீங்களாகக் கற்பனை செய்துண்டு ...”

“கற்பனையா?” என்று எதிருரைத்த சங்கர், தொடர்ந்து “நான்சென்ஸ்! ஆனால் ஒன்று மட்டும் செய்யாதே காயத்ரி. என்னுடன் இருக்குபோது மறந்துகூட ‘பெர்ஃப்யூம்” போட்டுக் கொள்ளாதே!”

போபாலின் பேரழிவு, தினந்தினம் செத்து மடியும் இலங்கைத் தமிழர்கள், பஞ்சாபின் ரத்தத் தாகம், பிரம்மாண்டமான ப்ளேனில் பறந்தவாறே பரலோக ப்ராப்தமடைந்த களங்கமற்ற பிரயாணிகள், பசியில் வாடும் எதியோபிய மக்கள் ... இன்னும் எத்தனையோ அவலமான பிரம்மாண்ட உலகப் பிரச்சினைகளின் நடுவே இது ஒரு சின்னஞ்சிறு தீவில், ஒரு சின்ன சந்தோஷம். ஆனால் இதை நான் மட்டும் எப்படி வெட்கமில்லாத சுயநலத்துடன் சுவைப்பது? இதை ரமாவிற்கோ ஷீலாவிற்கோ உஷாவிற்கோ அல்லது மற்ற முகம் தெரியாத பெண்களுக்கோ கொஞ்சம் பிட்டுத் தர முடியுமோ?

3

சங்கர் விஸ்கி, ஜின், ரம், சோடா பாட்டில்களைச் சீர்படுத்திக் கண்ணாடித் தம்ளர்களை வரிசையாக வைத்தார். ஐஸ்கட்டிகளை ஐஸ் பக்கெட்டில் நிரப்பினார். அரவிந்த் வேறு சில கண்ணாடித் தம்ளர்களைச் சக்கர டிராலியில் வைத்து, ஐஸ் பக்கெட்டையும் அதன் மீது வைத்து, வரவேற்பறைக்கு இழுத்துக்கொண்டு போய், ஒரு ஓரத்தில் நிறுத்தினான். நான் சாப்பாட்டு மேஜையைத் துடைத்து, சுத்தம் பண்ணி, அதன் மீது சின்னச் சின்ன பாய்களை வைத்தேன்.

அழைப்பு மணி ஒலித்தது. கதவைத் திறந்த அரவிந்த்:

"நமஸ்தே ஆண்டி, வாங்கோ. அம்மா! உஷா ஆண்டி" என்றான்.

"வாங்க, வாங்க மிஸஸ் ஈசுவரன். எங்கே உங்க கணவர்?" என்றார் சங்கர். உஷாவின் கண்கள் மின்னல் போல ஒரு விநாடி என் கண்களைச் சந்தித்தன.

"ஸாரி! அவருக்கு ஏதோ அவசர வேலையாம்" என்றாள்.

"பரவாயில்லை, நீங்களானா வந்தீங்களே, சந்தோஷம். உட்காருங்கோ" என்றார் சங்கர்.

"நான் வராமே? மிஸஸ் ரமா துரைசாமியைச் சந்திக்கும் வாய்ப்புக் கிடைக்குமே, உங்களால்? எனக்கு அவர் எழுத்து ரொம்பப் பிடிக்கும். எங்கே அவர், இன்னும் வரவில்லையா?" என்றாள் உஷா, ஆர்வத் துடன். மீண்டும் அழைப்பு மணி ஒலித்தது.

"நான் போறேம்மா" என்று விரைந்தான் அரவிந்த்.

"வாங்க, வாங்க ஜோஷி ஸாப்! எத்தனை நாளாகிறது உங்களைப் பார்த்து" என்று அவர் கைகளைப் பற்றி வரவேற்றார் சங்கர்.

"மிஸஸ் ஈசுவரன், இவர் பீதாம்பர் ஜோஷி. சிறந்த ஹிந்தி எழுத்தாளர்" என்று அறிமுகமாச்சு.

வழக்கம் போல வெள்ளை வெளேரென்ற பைஜாமா–குர்தாவும் அதற்கு மேல் ஒரு கம்பளி 'வெஸ்டும்', பிறகு மார்பின் மீது குறுக்கே போட்டிருந்த சால்வையுமாக, ஜோஷியின் தோற்றத்தில் கம்பீரமும் பேச்சில் நாசூக்கும் மினுமினுத்தது. உட்கார்ந்தவுடன் உஷாவைப் பார்த்துக் கேட்டார்:

"நீங்க என்ன செய்யறீங்க, மிஸஸ் ஈசுவரன்? நீங்களும் ஒரு தமிழ் எழுத்தாளரா?"

"இல்லை" என்று சிரித்தாள் உஷா.

"நான் எழுதுவதில்லை. வெறும் ஒரு ரசிகை, அவ்வளவு தான். நானும் 'டன்லப்' கம்பெனியில் காயத்ரியுடன் வேலை பார்க்கிறேன்."

"நன்றி." என்று, சங்கர் கொடுத்த விஸ்கி –சோடாவை வாங்கிக்கொண்ட ஜோஷி, மீண்டும் உஷாவைப் பார்த்து,

"வெறும் ரசிகை என்றால்? அது மிகவும் முக்கியமான அம்சமாச்சே. புத்திசாலி வாசகர்கள் இல்லையென்றால் எழுத்திற்கு என்ன எதிர்காலமிருக்கும்? அதிருக்கட்டும். ரமா –ஜி பெண் எழுத்தாளரல்லவா? நுட்பமும், சூட்சுமமும் ஒருகால் அவருடைய படைப்புகளில் கொஞ்சம் கூடுதலாகவே இருக்கலாம். அதை நீங்கள் வெறுமனே ரசிக்கிறீர்களா, அல்லது அதில் இருக்கும் விஷயங்கள் உங்களை நெருங்கித் தொடுவது போல் உணருகிறீர்களா?" என்றார்.

"ஆஹா, நான் சொல்ல வந்ததை நீங்களே அழகா சொல்லிட்டீங்க. மிஸஸ் ரமா துரைசாமியின் பார்வையில் சில சமயங்களில் ஒரு தீர்க்கதரிசனம் தெரியறது. அது என்னைத் தடுமாறவைப்பது மட்டுமல்லாமல் படிக்கும்போது இது என் சுயசரித்திரமோ என்ற அளவுக்குப் பிரமையுண்டாக்கும். இத்தனைக்கும் என்னை அவருக்குத் தெரியாது. என்னைப் போல் நிறைய பெண்கள் இருப்பாங்க போலிருக்கு" என்றாள் உஷா.

"என்னது? நீங்க ரமா – ஜியைச் சந்தித்ததில்லையா?" என்று கேட்ட ஜோஷி, என்பக்கம் திரும்பிக் கேள்விக்குறியுடன் பார்த்தார்.

"சந்தர்ப்பம் வாய்க்கவில்லை" என்று விளக்கினேன். மீண்டும் அழைப்பு மணி ஒலித்தது.

"இதோ சந்தர்ப்பம் வாய்த்துவிட்டது!" என்றார் ஜோஷி.

"இப்போ நீங்க ரமா–ஜியைப் பார்க்கப் போகிறீங்க!" உஷாவைப் பார்த்துப் புன்னகைத்தார்.

"வாங்க, வாங்க!"

ராஜகோபாலன். குளுமையான புன்னகையுடன் உள்ளே வந்தார். அவரை எழுந்து நின்று கைகூப்பும் ஜோஷியைத் தழுவிக் கட்டிக்கொண்டார். சங்கரையும் கட்டிக்கொண்டார். தூர நின்ற அரவிந்தைப் பார்த்து,

"என்னடா அவ்வளவு வெட்கம்? உயர்ந்ததால் பெரிய மனுஷனாகிவிட்டதாக நினைப்போ?" என்று சிரித்தபடி, அரவிந்தின் முதுகைப் பலமாகத் தட்டினார்.

"சங்கர், எனக்கு ஸோடா வேண்டாம்பா. மேக் இட் நீட்" என்ற ராஜகோபாலன், "என்னம்மா காயத்ரி, 'யோகா' வெல்லாம் எப்படி நடக்கிறது?" என்று என்னைக் கேட்டபடி உட்கார்ந்தார். அழைப்பு மணி!

"இதோ வரேன் மாமா, கதவு மணியடிக்கிறது"என்று விரைந்தேன்.

மணி!

உள்ளே நுழைந்து ராஜகோபாலனைப் பார்த்தவுடன் மணி மிகவும் சந்தோஷமடைந்தார். ஜோஷி. உஷாவைப் பார்த்துக் குறும்பாக சிரித்தார்.

"இன்றைக்கு உங்களுக்கு 'ஸஸ்பென்ஸ்' கொஞ்சம் அதிக மாயிடுத்து, அப்படித்தானே மிஸஸ் ஈசுவரன்? ரமா–ஜிக்காகக் காத்துக்கொண்டிருக்கீங்க, ஆனால் கதாநாயகி மட்டும் வரக் காணோம்" என்றார்.

திறந்தபடியே இருந்த வாயில்கதவின் அருகே ஏதோ அரவம். ஷீலா, ரமா மற்றும் ரமாவின் குடும்பம் தொடர, ஒரு கும்பலாக உள்ளே வந்தார்கள்.

"அதோ உங்க கதாநாயகி!" என்றார் ஜோஷி, உஷா என்னை நெருங்கி, தோளைத் தொட்டு, மெதுவாகக் கேட்டாள்.

"அடேயப்பா, இதுவா ரமா துரைசாமி? கொள்ளை அழகா இருக்காளே!" என்றாள்.

"இல்லை, அது ரமா இல்லை. அவள் ஷீலா. எங்க இருவருக்கும் பிரண்ட். ஷீலாவும் கட்டுரைகள் எழுதுவாள், ஆங்கிலத்தில்" என்று கிசுகிசுத்தேன்.

"ஓ."

இரண்டு குழந்தைகளையும் துரையையும் தொடர்ந்து வந்தவளை உஷாவிற்குக் காட்டி, "அதோ, அதுதான் ரமா" என்றேன்.

"ஓ."

இந்தமுறை அவள் உதிர்த்த "ஓ"வில் ஒரு ஏமாற்றம் இழைந்தோடியதோ? கண்கூசும் அழகு என்று சொல்ல முடியாத, வெறும் சராசரியான, பளிச்சென்ற தோற்றத்துடன், 'சரிதான், இவளும் ஒரு படித்த, வேலைபார்க்கும் பெண், இரண்டு குழந்தைகளின் அம்மா.' என்பது போல இருக்கும் ரமாவைப் பார்த்துச் சற்றே தளர்வுற்றாளோ உஷா? எனக்குத் தீர்மானமாய்ச் சொல்ல முடியவில்லை. ஆனால் மனம் மட்டும் உள்ளூரக் கூவியது – உஷா, ஒருவரின் வெளித் தோற்றம், அது உண்டாக்கும் மாய, மந்திர ஜாலங்கள்... இதற்கெல்லாம் நம் சொந்தக் கண்களை விட ஏமாற்றமூட்டும் வேறு மூக்குக் கண்ணாடிகளே வேண்டாம்.

"ஸாரி! நாங்க கொஞ்சம் லேட்" என்றபடி ஷீலாவும் ரமாவும் உள்ளே நுழைந்தார்கள். அறிமுகங்கள் ஆனபிறகு எல்லோரும் தங்களுக்குப் பிடித்த பானத்தைத் தேர்ந்தெடுத்து, அருந்தியவாறே ஜோஷி, மணி, ராஜகோபாலனுக்கு இடையே நடக்கும் தீவிரமான உரையாடலைச் சூழ்ந்து கொண்டார்கள். சமீபத்திய வெளியீடான ரமாவின் நாவல் *மிதவை மரத்தைப்* பற்றி வெளிவந்த பலவகையான விமர்சனங்களைப் பற்றி அலசிக் கொண்டிருந்தனர்.

ராஜகோபாலன் ஒரு விமர்சனத்தைப் படித்தார்:

"உலகப்பிரமாணங்களைப் பார்க்க வளர்ச்சியடைய வேண்டிய மூன்றாம் உலகத் ('தர்ட் வர்ல்ட்') தேசங்களில் ஒன்றான இந்தியாவில் இப்பொழுதும் சமூகம் எவ்வளவு பிற்போக்குடன் நடந்துகொள்கிறது. இதனால் பெண்களுக்கு ஏற்படும் விளைவுகளை ஒரு பொருளியல் பார்வையில் பதிவு

104 ஆத்துக்குப் போகணும்

செய்கிறது *மிதவை மரம்*. ஏறத்தாழ இரண்டு தலைமுறையாகப் பெண்களுக்குப் போதிய உணவூட்டம் இல்லாமல், பிறகு அசுவாரஸ்யமாய், அரைகுறையாய்ப் புகட்டப்பட்ட கல்வி, தனிப்பட்ட ஒரு பயிற்சியும் பெற முடியாத வாய்ப்பின்மை, எல்லாவற்றிலும் மேலாகப் பெண்களுக்குச் சுயமரியாதையை அழிக்கும்படி ஒரு கவனமின்மை... இதெல்லாம் பஞ்சம் போல வாட்டிய பின்னும், இன்று அதே சமூகம், முட மாக்கப்பட்ட அந்தப் பெண்ணை, உத்தியோகச் சந்தையில் அசுரப் போட்டியின் வெட்ட வெளியில் இழுத்து வந்து, இவளிடம் உத்தியோக உழைப்பையும் சம்பாத்தியத்தையும் எதிர்பார்க்கிறது. இதை ஆராய்ந்திருப்பது ஒரு பெண் எழுத் தாளராக இருந்த பின்னும், ரமா துரைசாமி ஒரு பாரபட்சமற்ற நடு நேர்மையுடன், ஒருதலை சாயாமல் இங்கு இருப்பது சிறப்பு. நாவலில் ராஜசேகர், பிரகாஷ் போன்ற ஆண்பாத்திரங்கள் மனத்தை நெகிழவைக்கும்படி, ரத்தமும் சதையும் கொண்ட மனிதர்களாகத் துலங்குகிறார்கள் என்பது குறிப்பிடத்தக்கது."

படித்த பிறகு, இதை ராஜகோபால் ஜோஷிக்குச் சுருக்க மாக ஆங்கிலத்தில் விளக்கினார்:

"சபாஷ்!" என்று பாராட்டினார் ஜோஷி. "ரமா – ஜியின் வலுவே இதில்தான் இருக்கு. அவரைச் சுற்றி ஒரு புயல் அடித்தாலும், அதன் விசையை மட்டும் உட்கிரகித்துக் கொண்டு, எப்படியோ ஆடாமல், அசையாமல் நடுநிலை கொண்டு வருவார்" என்றார் வாய்நிறைய. பிறகு,

"மற்ற விமர்சனங்கள் எப்படி?" என்றார். அதற்கு மணி, "மற்ற இரு விமர்சனங்களிலும் ஏறத்தாழ இதே மாதிரி, நாவலாசிரியரின் நியாயப் பார்வையில், பிரகாஷ் மற்றும் ராஜசேகர் இரண்டு இயல்பான மெய்யுருவங்களாக இருப்பதைக் குறித்திருக்கிறார்கள்" என்றார். திடீரென்று ஷீலா குறுக்கிட்டாள்:

"ஆனால் அத்துடன் நிறுத்திக்கொள்ளவில்லை. இவர்கள் மெய்யுருவங்களாக அமைந்ததன் ஒரு காரணம், இப்பேர்ப் பட்ட ஆண்களுடன் ஒருகால் ரமா நெருங்கிப் பழகியிருக்கக் கூடும் என்று ஜாடையாகக் குறித்திருக்கிறார்கள்" என்றாள் கோபமாக. மணி சற்று அதிர்ச்சியடைந்தவராய், தலையைக் குனிந்துகொண்டு உட்கார்ந்தார். அங்குக் கொஞ்ச நேரம் குழப்பமான மௌனம் நிலவியது.

"மறுபடியும் மறுபடியும் 'மீடியா'வில் இந்தக் கேவலமான தவறு நடந்துகொண்டே வருகிறது ஷீலா" என்றாள் ரமா, தாழ்ந்த குரலில்.

“பெண் எழுத்தாளர்களின் விஷயத்தில் மட்டும் இலக்கியப் படைப்புகளை அவர்களின் சொந்த வாழ்க்கை யுடன் பொறுப்பில்லாமல் பிணைக்கிறார்கள். நமக்கும் பொதுவாக ஒரு எழுத்தாளருக்குத் தேவையான ஸ்தூலமான பார்வையும் புறநோக்குடன் விவரிக்கும் திறமுண்டு என்று ஒப்புக்கொள்வதேயில்லை” என்றாள் மிகுந்த சோர்வுடன்.

“கேவலத்திலும் இது ரொம்பக் கேவலம்” என்று விடாமல் உஷ்ணமாகத் தொடர்ந்தாள், ஷீலா:

“ஒரு ஆண் நாவலாசிரியர் நல்ல, சிறந்த, ஏன் சில மறக்க முடியாத பெண் பாத்திரங்களை அளிக்கலாம். இதை அவருடைய நுண்ணறிவு, நுழைபுலம், அது இதுவென்று பாராட்டைக் குவிப்பார்கள். பெண் நாவலாசிரியரானால் அவள் வெளியே அலைந்து, அறுவடை செய்த உண்மைகள் என்பார்கள்”, ஷீலாவிற்கு மூச்சு இறைத்தது. ஜோஷி பொறுமை யுடன் விளக்கினார்:

“ஒவ்வொரு கலைஞனிடமும் – அவன் ஓவியனோ, எழுத்தாளனோ, குசவனோ, பாடகனோ, யாராயிருந்தாலும் சரி – அவன் தனக்குள் ஆண்பால், பெண்பால் இரண்டு கூறுகளையும் அவற்றைச் சார்ந்த உணர்வுகளையும் கிரகித்து, தன்மயமாக்கிக் கொள்கிறான். இதைச் செய்யவில்லை யென்றால் அவனுக்கு நுழைபுலம் எங்கிருந்து வரும்? யாரிட மிருந்து இரவல் வாங்குவான்?” என்று சமாதானமாகச் சொன்னார் ஜோஷி.

“ஆனால் இந்தத் தத்துவத்தை இவ்வளவு துல்லியமாக யார் உணரப் போகிறார்கள்?” என்று சிரித்தாள் ரமா.

“அர்த்தநாரீசுவரன் என்று அருமையான கருத்துப் படிவத்தைச் சமயம் மற்றும் கலைத்துறையில் உருவாக்கிய பின்னும், இன்றுவரை அதனுடைய அர்த்தம் ஆண்பக்கமே சரியறது. ஈசுவரன் இப்படிப் பாதிப் பெண்ணுருவம் எடுத்தார் என்று சொல்றாங்களே தவிர, பார்வதி அரை ஆணாக, அதனால் ஒரு முழுமை பெற்று அவதாரம் எடுத்தாள் என்று ஒருகாலும் சொல்வதில்லை” என்றாள் ரமா. எல்லோரும் சிரித்தனர்.

“என்னைக் கேட்டால், இந்த மாதிரி ஆண் – பெண் பாரபட்சங்களைச் சாந்தமாக ஏற்றுக் கொள்வதே புத்தி சாலித்தனம் என்பேன்” என்றார் ராஜகோபாலன், உறுதியாக. “கலை என்ற பார்வையில் ஒரு பற்றற்ற தனி நிலைமையின் யோக்யதையை எழுத்தாளருக்கும் அளித்துத் தனக்கும்

கொடுத்துக் கொள்ளாமல், இப்படிக் கொச்சையாகச் சொந்த வாழ்க்கையை இழுத்து, தனது அற்பத்தனத்தைக் காட்டும் விமர்சகர்களை நாம் ஏன் பொருட்படுத்தணும்? அவர்களைப் பூச்சியாகத் தட்டிவிட்டுட்டு, நாம்ப தைரியமாய், நம்பிக்கை யுடன் முன்னேற வேண்டும். நம்ப சகோதரிகள், பெண்கள், மனைவிகளைப் பற்றி நமக்கு நன்றாகத் தெரியும், இல்லையா சார் துரை?" என்று திரும்பினார் ராஜகோபாலன். எல்லோரும் அறையில் சுற்றுமுற்றும் பார்த்தோம். ஆனால் துரையைக் காணோம். துரை எங்கே? அட! வாசல் கதவு திறந்திருக்கிறதே? சங்கர் எழுந்து, அந்தப் பெரிய ஒற்றை ஜன்னல் வழியே வெளியே பார்த்தார்.

அதோ துரை, வெளியே சிகரெட்டைப் புகைத்துக்கொண்டு நின்றார். "ஹலோ... என்னப்பா துரை, ஏன் இப்படி வெளியே குளிரில்... இங்கேயே 'தம்' அடிக்கலாமே? நாம்ப எல்லோருமா புகைத்துக் கொண்டிருக்கோமோ?" என்றார் சங்கர் ஜன்னல் வழியா, உரத்த குரலில்.

"உள்ளே கூப்பிடுங்கோ, சாப்பிடலாம். எல்லோரும் வாங்க" என்று எழுந்தேன். இது என்ன விசித்திரமான நடத்தை, சிகரெட்டைப் புகைக்க வீட்டுக்கு வெளியே போய்... உண்மையில் துரைக்குள் என்ன புகையறது?

4

"அவியல் பிரமாதம். ஜோஷி ஸாப், நீங்க என்ன, உங்க கிளாஸை எடுத்துக்கொண்டு வந்து, அதுலேயே கவனமா இருக்கிறேள்?" என்று கிண்டல் பண்ணினார் ராஜகோபாலன்.

"உங்களைப் பார்த்துக் கத்துக்கொண்டேன் சார். நீங்க என்ன லாவகமாய் ப்ளேட்டு பக்கத்துலே 'ரம்'மை வைத்துக்கொண்டு சும்மா தண்ணீர் மாதிரி குடிக்கறீங்க, ஆஹா!" என்றார்.

"என்னப்பா துரை, ஒன்றுமே சாப்பிடமாட்டேங் கறே" என்ற சங்கரிடம்,

"ரொம்பக் களைப்பா இருக்கு, சங்கர். சீக்கிரமா வீடு திரும்பிப் படுத்துக்கலாம் போலிருக்கு" என்றார் துரை.

"அடடா, என்ன சார் இது? என்றார் மணி. "இப்பதான் எங்க பேச்சே சூடேறத் தொடங்கிருக்கு? மிதவை மரம் சில தீவிரமான தர்க்கங்களை மிதக்க விட்டிருக்கு. ப்ளீஸ், சித்த இருந்துட்டுப் போங்க. நாளைக்கு லீவ்தானே?" என்றார்.

"ஆமாங்க மிஸ்டர் துரைசாமி" என்றாள் உஷா ஈசுவரன். "எழும்பிய விஷயங்கள் வெறுமனே சுவாரஸ்யமாக மட்டுமல்ல, என்னைப் போன்றவர்களின் தினசரி வாழ்க்கையையும் சம்பந்தப்படுத்தும் உண்மை களாக இருக்கு. ப்ளீஸ் பேச்சை முடிச்சுட்டுப் போகலாம்" என்று கேட்டுக் கொண்டாள்.

"உங்களையெல்லாம் யார் தடுத்தாங்க?" என்று சற்றும் எதிர்பாராமல் வெடித்த துரையைப் பார்த்து நாங்கள் திடுக்கிட்டோம்.

“ரமா வேண்டுமானால் இங்கே இருக்கட்டும். விக்ரமையும் சித்ராவையும் நான் அழைத்துக்கொண்டு போறேன், அவா தூங்கற டைமாச்சு” என்றார் துரை.

உங்களையெல்லாம் யார் தடுத்தாங்க? யார் . . ? யார் . . ?

அதே தொனி, அதே சாயல்! சிதம்பரத்தில் துரையின் அம்மா, ரமாவின் மீது வசைமொழி பொழிந்தாளே:

யார் கேட்டா அவ படிப்பை? யார் கேட்டா அவ சம்பாத்தியத்தை . . . அவ வாங்கும் சாமான்களை . . . யார்? . .

யார் . . . கடவுளே? படித்த இந்தத் துரைக்குள் அந்தக் குக்கிராமத்தின் குறுகலான போக்கு இன்னும் ஒளிந்து கொண்டிருக்கிறதோ?

நிலைமையைச் சமாளிப்பது போல, விக்ரமும் சித்ராவும் இரவு அரவிந்துடன் நிறைய ‘டி.வி. கேம்ஸ்’ விளையாடிய பிறகுதான் வீடு திரும்புவோம் என்று அடம்பிடித்தார்கள். உள்ளே ப்ளேட்டை வைத்துக் கையலம்பும்போது ரமாவைப் பார்த்தேன். அவளுடைய புதிர் போன்ற பார்வை ஒரு கணம் என்மீது படிந்தது. ஏளனமாய் அடித்தொண்டையில் சொன்னாள்:

“காயத்ரி, நான் நாவலில் அந்த ராஜசேகரையும் பிரகாஷை யும் சிருஷ்டித்த பிறகு எனக்கும் கிருகச்சாரம் பிடித்துக் கொண்டது. அப்படி இரண்டு ஆண்களை எனக்குத் தெரியுமோ என்று விமர்சகர்களை மட்டுமல்ல, துரையையும் உள்ளூர அரிக்கிறது” என்றாள் வறண்ட புன்னகையுடன்.

கலைந்த கும்பலை வெற்றிலைபாக்கும் சிகரெட்டும் மீண்டும் சேர்த்துவைத்தது. உஷா மிகவும் பாதிக்கப்பட்டவளாய் ரமாவின் பக்கத்தில் உட்கார்ந்துகொண்டாள். ரமாவின் படைப்பு களை ‘அறிவுள்ள திடமான எழுத்து’ என்னும் பிரிவில் போற்றி வரும் உஷாவிற்கு, ரமாவின் இந்தச் ‘சாதாரணப் பெண்ணின் சராசரி வேதனைகள்’ ரொம்பவும் அதிர்ச்சி தந்திருக்கும். ரமாவைப் பார்க்க ஆவலாக வந்தவள், இப்பொழுது அவளை ஒருவித ஏக்கத்துடன் பார்த்தாள் உஷா. மணி சுறுசுறுப்பாக அறுந்த விவாதத்தை நறுக்கென்று தொடர்ந்தார்:

“பெண்கள் விவகாரமெல்லாம் அப்படியொரு பக்கம் இருக்கட்டும். முக்கியமான விஷயம் என்னவென்றால், *மிதவை மரத்தின்* கதாநாயகியான பத்மா, கீழ்த்தளத்து மத்திய வர்க்கத் தில் பிறந்து, வாழ்க்கைக்கு வேண்டிய சில அடிப்படையான படைக்கலங்களான உணவூட்டம், கல்வி, சுதந்திரக் காற்று, அன்பு, மரியாதை இதெல்லாம் இல்லாமலேயே வளர்ந்து,

பெரியவளாகி, ஒரு மூன்றாம் உலகப் பிரதிநிதியாக இருப்பது. பத்மா உத்தியோகச் சூழ்நிலையில், சமூகத்தில் மற்ற வளமிக்க செல்வந்தர்களின் நடுவில் போராடுவதில் நேரிடும் சில உளஇயல்பு இயக்கங்களை ரமா பார்க்கும் திருஷ்டியில் வலுவான தைரியம் இருக்கிறது" என்றார். "அதுவும், அந்தப் பாகம் இருக்கே" என்று இதைத் தொடர்ந்தார் ராஜகோபாலன்.

"குழந்தைப் பருவத்தில் பத்மா பெரிய மனிதர்கள் வீட்டில் சுக வாழ்வு வாழும், உயர்ந்த இனம் சேர்ந்த ஜாதி நாய்களைப் பார்ப்பாளே! நாய்களைக் குளிப்பாட்டி, பவுடர் போட்டு, செல்லமாக மடியில் எடுத்து வைத்துக்கொண்டு, புஷ்டியான உணவை ஊட்டி, காரில் சொகுசாக அழைத்துக்கொண்டு போகும் சீமாட்டிகளையும் செல்வந்தர்களையும் விவரிக்க முடியாத கொந்தளிப்புடன் பார்ப்பாள் பத்மா. பிறகு, வீட்டிற்குத் திரும்பி, பத்மா ஒரு சின்ன முகக் கண்ணாடியில், அதாவது வீட்டிலே ஆண்கள் முக க்ஷவரம் செய்துகொள்ளும் அதே கண்ணாடி – (ஏனென்றால் நீண்ட நிலைக் கண்ணாடி வைக்கும் வர்க்கமில்லையே பத்மாவுடையது!) சின்ன கண்ணாடியில் தன் முகத்தை, மனித உடம்பின் பாகங்களான கை, கால்களைத் தனித்தனியாகப் பிரதிபலிக்கும் தனது பிம்பத்தைப் பார்க்கிறாள். மனித இனத்திற்கு இத்தனை குறைவான மதிப்பா என்று மிகவும் குழம்பி, ஆச்சரியப்படுகிறாள்" என்று வியந்தார் ராஜகோபாலன்.

"ஆஹா! மறக்க முடியாத கட்டம் சார் அது!" என்று ஆமோதித்தார் மணி.

"போதும் போதும், இதையெல்லாம் வெட்கமில்லாமல் விழுங்கத்தான் நான் தங்கினேன் என்று நினைத்துக்கொள்வார் துரை" என்று தாழ்ந்த குரலில் ஆட்சேபித்த ரமாவைச் சட்டை செய்யாமல், ஜோஷி, "இந்த உள்ளுணர்வையும் ரமா – ஜி யின் சொந்த வாழ்க்கையனுபவம் என்று உங்க மொழியில் இன்னொரு பைத்தியம் எழுதி இருக்கிறானோ?" என்றார்.

"இதற்கு நான்தான் பதில் சொல்ல முடியும்" என்ற ரமா, தொடர்ந்து, "சில விஷயங்களை நானே நெருங்கிய நண்பர்களான உங்களிடம் ஒப்புக்கொள்ள வேண்டும். இதுவரை சில சிறுகதைகளில், ஏன் ஒரு நாவலிலும்கூட, நான் பற்றுதல் இல்லாமல் விலகி நின்று புற உலகுப் பார்வையைக் கையாள முயன்று, அதில் ஓரளவு வெற்றியடைந்தேன் என்றும் சொல்லலாம். ஆனால் *மிதவை மரத்தில்* மட்டும் . . ." எல்லோரும் பேசாமல் ரமா என்ன சொல்லப் போகிறாள் என்று காத்திருந்தார்கள். ரமா, தயக்கத்துடன் சொன்னாள்:

"மிதவை மரத்தில் மட்டும் ஏனோ தெரியவில்லை, இந்த முயற்சி என்னை வேறு திசையில் அடித்துக் கொண்டு போய், என்னையுமறியாமல் எங்கோ வழுக்கிக்கொண்டு போனேன். அதனால்தானோ என்னவோ, நாவலில் வரும் சில மன எழுச்சிகள் அக உணர்வு நிலைக்குரிய வண்ணங் களைப் பூண்டன" என்ற ரமாவின் கடைசி வாக்கியம் முணு முணுப்பாய்த் தேய்ந்தன. பொறுக்க முடியாதவராய், சங்கர் எழுந்து ரமாவின் பக்கத்தில் இருக்கும் நாற்காலியில் உட்கார்ந்து அவளிடம்,

"இதற்காக ஒரு நாளும் நீங்க மன்னிப்புக்கோருவது போன்ற பாவனையில் இறங்கக் கூடாது ரமா, ஆமாம்! அக உணர்வு எழுச்சிகளுக்கு நீங்கள் தெரிந்தோ தெரியாமலோ தன்னுணர் வற்றோ இடம் கொடுத்ததால்தானே எழுத்து உயிர் பெற்று, இயல்பாக நெகிழ்கிறது?" என்றார்.

"சங்கர், இது வெறும் உணர்ச்சிவசப்பட வேண்டிய விஷயமல்ல" என்று சாந்தமாக, குரலில் கனிவு இழைந்தோடக் குறுக்கிட்டார் ராஜகோபாலன், தொடர்ந்து, "இலக்கியப் பார்வையில், நாம் இன்னும் எத்தனை நாட்கள் இப்படி "இரண்டாம் வேற்றுமை – எழுவாய் வேற்றுமை", அல்லது "தன்மை – படர்க்கை" என்று இலக்கணப் பிரிவுகளைக் கண்டு பிடித்துக்கொண்டு உட்காருவோம்? இது ரொம்பச் சோம்பேறித் தனமான, பிற்போக்கான வேலை. கலை என்பது அவ்விரு வேற்றுமைகளைப் பசைபோல ஒட்டும் அதில் 'உருவம்' என்ற ஒரு வடிவம் பெற்ற பிறகு, அதற்குள் இருக்கும் அம்சங்களில் ஏற்படும் ஒரு இயற்கையான, பரஸ்பரமான தருக்க நியாயம், இதன் விளைவாக உள்ளிருந்து ஈர்த்துக்கொண்டுவரும், விலை மதிப்பில்லாத ஒரு ஈரம்... இதையெல்லாம் தேடுவதை விட்டு விட்டு, நாம்பள்ளாம் இன்னும் அரிச்சுவடி இலக்கணமாய் 'இரண்டாம் – எழுவாய்' வேற்றுமையை இன்றுவரை துழாவ ரோம். வாங்க முன்னுக்குப் போவோம்!" என்று பொறுமை இழந்தவராய் நாற்காலியைவிட்டு எழுந்து நடந்தார் ராஜ கோபாலன். அங்கு ஓசை அடங்கியது. அது எல்லோருக்கும் அவர் மேல் இருந்த பயம் கலந்த மரியாதையைக் குறித்தது. இந்தச் சன்னமான மௌனம் சிறிதளவாவது துரையைத் தொட்டிருக்க வேண்டும். பெரிய இடைவெளிக்குப் பிறகு வாயைத் திறந்தார்:

"நீங்கள் சொல்வது சரிதான் சார். ஆனாலும் விமர்சகர்கள் என்ற ஒரு வம்சம் இருக்கிறதே? அதையாவது உணர்ந்து ரமா சற்று முன்ஜாக்கிரதையுடன் எழுதலாமே?" என்றார் துரை.

"முன்ஜாக்கிரதையா? எழுத்திலேயா? அது என்ன, சாலையில் ஓட்டம் காரா, பஸ்ஸா, முற்காப்பு உணர்வுடன் மெல்ல ஓட்ட? சொல்ல வந்ததைச் சொல்லத் தைரியமில்லாதவர்கள் உலகுக்கு முதுகைக் காட்டிக்கொண்டு, கழுத்துவரை கம்பளியைப் போர்த்திக்கொண்டு, சுவரைப் பார்த்துக்கொண்டு தூங்கட்டுமே, ராவிலும் பகலிலும்!" என்று சீறினார் ராஜகோபாலன். பிறகு, சட்டென்று முகம் மாறி, மனத்தை நெகிழ வைக்கும்படி துரையைப் பார்த்துப் புன்னகைத்து, "கவலைப் படாதேங்கோ துரை! ரமாவின் எழுத்தில் உண்மையின் சுத்தமிருக்கு. அது தடங்கல் இல்லாமல் பிரவாகமெடுக்கட்டும். போறவழியில், அது எல்லாவற்றையும் அலம்பி, சுத்தப்படுத்திக் கொண்டே போகும்!" என்றார். இப்பொழுது அறையில் ரமாவைக் காணோம்!

சாப்பாட்டறையில் 'ஃப்ரூட் ஸாலட்' தயார் பண்ண அரவிந்திற்கு உதவி செய்துகொண்டிருந்தாள் ரமா.

"இதோ, நான் வரேனே" என்று, பழத்துண்டுகளில் நீர்த்த சர்க்கரைப் பாகை ஊற்றிக் கலக்கினேன். கூடவே அங்கே சங்கரும் வந்தார்.

"காயத்ரி, கிண்ணங்களை ஒரு பெரிய டிரேயில் வைத்துக் கொடு. நான் எடுத்துண்டு போறேன்" என்றார் சங்கர், பிறகு ரமாவைப் பார்த்து,

"அப்பாடி, இன்றைக்குத்தான் எல்லோருக்கும் மனம் விட்டுப் பேச முடிந்தது. நீங்கள் எழுதுவதற்கு ஈடாக நாங்க தீட்சண்யமாகப் புரிஞ்சுக்க வேண்டுமே?" என்றார்.

"ஹூம் தீட்சண்யம்? அதற்கு நான் சொந்த அனுபவத்தில் கொடுத்த விலை? என்னை உஷாராக்கும்படி எத்தனை அனுபவங்கள்! குடும்பத்தில் இங்கும் அங்கும், பிறகு பூர்வீகத்திலும் சித்தம் பேதலித்தவர்களையும் அசல் பயித்தியங்களையும் குழந்தைப் பருவத்திலிருந்து பார்த்தவள் நான்,ச்சு!" என்றாள் ரமா, மிகுந்த சலிப்புடன்.

"ரமா ஒன்று சொல்கிறேன். நீங்களே சிந்தித்துப் பாருங்கள்" என்றார் சங்கர்.

"பயித்தியம் என்ற மனநிலைக்கு உதாரணமாய் உங்க குடும்பத்திலிருந்து சிலரை நீங்க தனிப்படுத்த வேண்டிய அவசியமேயில்லை. ஏனென்றால் இப்பொழுது பைத்தியம் என்பது ஒரு பொது உடைமையாகிவிட்டது! முக்கியமாகத் தில்லி, பம்பாய், கல்கத்தா, சென்னை போன்ற மாநகரங்களில் பொய்யும் மெய்யும் குழம்பிக்கொண்டு, செயற்கையாக வாழும்

பாசாங்கு மனிதர்களில், பயித்தியம் என்ற 'நியூராஸிஸ்' ஒரு சகஜநிலை என்றே சொல்வேன். இது இந்த விஞ்ஞான யுகத்தின் நெட்டியெழுப்பிய, நலிவுற்ற மனம்தான் காரணமோ, தெரியலை. எத்தனை வித வக்கிரங்கள்! நீங்களே சுற்றிப் பாருங்கள், ரமா. பிறகு, 'நியூராஸிஸ்' என்ற நிலைமைக்கு உங்கள் குடும்பத்தில் 'மொனாபலைஸ்' உரிமை தேடமாட்டீர் கள்!" என்று சிரித்தார்.

"காயத்ரி, அந்த 'டிரேயை' இப்படிக் கொடு", என்று, பழக்கிண்ணங்களுடன் சங்கர் வரவேற்பறைக்குப் போனார். மறையும் சங்கரைப் பார்த்தபடி ரமா.

"சங்கர் எனக்குப் பிறக்காத சகோதரனோ, காயத்ரி?" என்றாள்.

"அப்படின்னுதான் வைத்துக்கொள்ளேன்" என்றேன்.

5

சாப்பாட்டிற்குப் பிறகு, இவர்களையெல்லாம் ப்ரூட் ஸாலட்டும் ஐஸ்க்ரீமும் கொஞ்சம் தணித்தது போலும். ஆவேசம் சற்றே அடங்க ஜோஷி, ராஜ கோபாலன், ரமா, ஒரு ஓரமாக உட்கார்ந்துகொண்டு, மெதுவாக ஏதோ பேசிக் கொண்டிருந்தனர். அவர்களின் அருகில் உஷாவும் பழக்கிண்ணத்தை எடுத்துக்கொண்டு உட்கார்ந்தாள். நானும் உஷாவைப் பின்தொடர்ந்தேன். ரமாவைப் பார்த்து,

"மிஸஸ் துரைசாமி..." என்றாள் உஷா.

"ஏன், ரமான்னு அழைக்கலாமே!" என்றாள் ரமா சிரித்தவாறே,

"ஆ!" என்ற உஷா மீண்டும் "மிஸஸ் துரைசாமி" என்று தொடர்ந்தாள்:

"உங்களிடம் ஒரு விஷயம் சொல்ல விரும்புகிறேன். என்னைப் போல ஆயிரக்கணக்கான பெண்கள் கொஞ்சம் நிறையவே கஷ்டப்படுகிறார்கள், ஏன், இன்னும் பட்டுக்கொண்டே வருகிறார்கள்... அதுபோல அனுபவங் களை உங்களுக்கு எழுத்தில் தெளிவாக்கி, அதிலிருந்து பொருளியலும் சமுதாயச் சரித்திரமும் ஒன்றுடன் ஒன்று பின்னிக்கொண்டு வரும் அர்த்தங்களை வடிகட்ட முடியறது. அதனால் தானோ என்னவோ, நூற்றுக்கணக் கான பெண்களுக்கு உங்கள் எழுத்தைப் படித்தால் ஒரு சுயசரித்திரத்தைப் படிக்கும் பிரமை உண்டாக லாம்" என்றாள் உஷா.

"தேங்க்ஸ்" என்று சுருக்கமாகப் பதிலுரைத்த ரமா, உஷாவைப் பார்த்து,

ஆத்துக்குப் போகணும்

“நீங்க ரொம்பவும் கஷ்டப்படறீங்களா?” என்றவளை மூச்சிறைக்க இடைமறித்தாள் உஷா:

“ஆமாங்க, என் குடும்பத்திற்கு நான் ஒரு சம்பாதிக்கும் இயந்திரம். வீடு திரும்பியவுடன் வீட்டு வேலைகளைக் கவனிக்கும் ஒரு இயந்திரம், சம்பிரதாயமாகப் ‘பெண்களின் வேலை’ என்று தனிப்படுத்திக் குவித்துக்கிடக்கும் காரியங்களைக் கவனிக்க வேண்டும். வெளியே ஆண்போல உழைப்பு! இந்த இரட்டிப்புச் சுமையைத் தாங்கும் எங்களுக்கு அதனால் ஒரு மரியாதையோ அல்லது சிறிதளவாவது நன்றியோ கிடைக்கிறதா? ஊஹூம், ஒன்றும் காணோம்! வெறும் குற்றச்சாட்டுகளும் மீண்டும் மீண்டும் மலைபோலக் குவியும் வேலைகளைக் கவனிப்போம் என்ற ஊமை எதிர்பார்ப்பும்தான் என்னைப் போன்றவர்களுக்குக் கிடைத்த பரிசுகள்” என்றாள் உஷா.

“உண்மைதான் மிஸஸ் ஈசுவரன். இதேபோல ஆப்பிரிக்கச் சமூகத்துப் பெண்களும் ‘பீஸ்ட் ஆஃப் பர்டன்’ மாதிரி அழுத்தும் வேலைகளை மீளாமல் செய்து வருகிறார்கள். இதைப் பார்க்கப் பழைய தலைமுறைகளில் வேலை பார்க்காத பெண்களின் நிலைமையே மேம்பட்டது. ஒருவேளை நீங்க வேலையையே விட்டால், வீட்டு வேலையைச் சமாளிக்க முடியுமா? சும்மா ஒரு குருட்டு யோசனை” என்றாள் ரமா.

“ஐயோ!” என்றாள் உஷா. “ஒரு நாளும் வேலையை விடமாட்டேன். வீடு என்பது ஒரு கொடுங்கனவுபோல இருக்கும் போது வெளியே ஆபீஸில் ஒரு ஒழுங்கான நன்னறிவு நிலையாவது இருக்கு, பைத்தியம் தெளிய!”

“டூ பேட்!” என்றாள் ரமா.

“பெண்கள் விவகாரமானாலும், நான் இங்கே தலையிடலாமா?” என்ற ஜோஷியிடம், இருவரும் “சொல்லுங்க, சொல்லுங்க” என்றார்கள்.

“கஷ்டங்களைப் பார்த்து நாம்ப அளவுக்கு மீறி அலண்டு போயிடக் கூடாது” என்றார் ஜோஷி. “அதுவும், ஒரு எழுத்தாளரை, கலைஞனை எடுத்துக் கொண்டால், வேதனைகள் தான் அவனுக்கு முதிர்ச்சியையும் முழுமையையும் தரும். மனத்தை மென்மையாக்கும். ஆனால் அவனுக்கு வேதனைகளைச் செழிப்பாகப் பயன்படுத்தத் தெரியவேண்டும். ஃபிரஞ்சு நாவலாசிரியரும் தத்துவஞானியுமான ஜன்பால் ஸார்திர இதைப் பற்றி அழகாக விவரித்திருக்கிறார். நீங்க படித்திருப்பீங்க ரமா–ஜி” என்றார் ஜோஷி.

“ஸார்திர மட்டுமல்ல, ரஷ்ய டோஸ்டோவிஸ்கியும் புஷ்கினும்கூட இதை ஆழமாக ஆராய்ந்திருக்கிறார்கள்” என்றாள் ரமா.

“வேதனைகளைப் பற்றிப் பேசினால், எழுத்தாளர், கலைஞன் என்று தனிப்படுத்திச் சொல்ல வேண்டிய அவசிய மில்லைன்னு நினைக்கிறேன்” என்றார் ராஜகோபாலன்.

“உதாரணமாக *மிதவை மரம்* நாவலில், ரமாவின் கதா நாயகி பத்மாவை எடுத்துக்கொள்ளலாம். இப்போ பத்மா எழுத்தாளர் அல்லவே? ஆனாலும், அவள் ஆற்றில் மிதக்கும் மிதவை மரமாக ஆரம்பித்தவள், கடைசியில் அங்கேயும் இங்கேயும் இடிபட்டு, அடிபட்டு, அவளுக்குக் குழைவுகளும் வளைவுகளுமாய் ஒரு எழிலுருவம் கிடைக்கிறது” என்றார். எப்பொழுதோ அங்கே எங்கள் அருகே வந்து நின்ற ஷீலா: “அந்த எழில் வளைவுகளுக்காகப் பூக்களை ஜோடனை செய்யும் நாங்கள் இந்த டிரிஃப்ட் வுட்டை *(Drift wood)* நிறைய பணம் கொடுத்து வாங்குவதை நினைத்தால் . . .” அவள் வாக்கியத்தை முடிப்பதற்குள் அங்குப் பெரிதாகச் சிரிப்பு ஒலித்தது. இந்தச் சிரிப்புச் சுவாரசியத்திலேயே அன்று விருந்து கலைந்தது.

***

இரண்டு ஃபைல்களைப் புரட்டி முடித்தேன். ராதேஷ்யாம் டீ கொண்டு வந்து வைத்தான். பிற்பகல் மூன்று மணிக்கு நடக்கவிருக்கும் ‘போர்ட்’ மீட்டிங்கிற்காக 1984இன் சில ‘ஆடிட் தகவல்கள்’ வேண்டியிருந்தது. அதை எடுத்து வரலாம் என்று உஷா ஈசுவரனின் பிரிவான ‘ரெக்கார்ட்ஸிற்கு’ப் போனேன். மேஜையின் மீது தலையைக் கவிழ்த்துக் கொண்டு உட்கார்ந்திருந்தாள் உஷா.

“என்ன உஷா, உடம்பு சரியில்லையா?” என்றேன். தலை நிமிர்ந்தது. அவளுடைய உதடுகள் காய்ந்துபோய், கண்கள் இடுங்கிக் கிடந்தன. “ஏன் உஷா, லீவு போடுவதுதானே?”

“உட்காருங்கோ மேடம்” என்றாள், இவள் நடத்தையில் தான் என்ன வியப்பூட்டும் ஒழுங்கு! எப்பவும் மறக்காமல் என்னை ஆபீஸில் ‘மேடம்’ என்றும் வீட்டில் மட்டும் காயத்ரி என்றும் கூப்பிடுவாள்.

“எனக்கு ஏது லீவு?” என்றாள் உஷா. “குழந்தைகளுக்கு உடம்பு சுகமாயில்லாத போதெல்லாம் அவங்களுக்காக லீவு வாங்கிண்டாச்சு. அவுங்க அப்பா, அது உன் கடமை. நீ தான் தாயார் என்று விறைப்பார்.”

"அர்ன் லீவு?" என்றேன்.

"அதுவும் அனேகமாய்த் தீர்ந்தாச்சு. ஊரில் நாத்தனார் கல்யாணத்திற்குப் பத்துநாள் முன்னாடிப்போய் உதவி செய்யின்னாங்க. பிறகு அவள் பிள்ளைப்பேறுக்கு முன்னாடி இங்கே கொண்டு வந்து வச்சுக்க –வீட்டிலே ருசியா சமைச்சிப் போடுன்னாங்க. அப்படியே என் லீவெல்லாம் கரைந்து போச்சு!" என்றாள் சோர்வுடன், இது என்ன அக்கிரமமாகப் போச்சு நம் சமூகத்தில்! கணவனுக்கு ஈடாக வேலை பார்த்து, சம்பாதித்துக் கொட்டும் பெண்ணிற்கும் தனது ஆரோக்கியத்தைப் பராமரிக்க, தனக்கென்று ஓய்வெடுக்கச் சமயம் ஒதுக்க முடியாத சூழ்நிலை... இத்தனை வேலைகளையும் செய்து முடிக்க இந்த உஷாவிற்கு எங்கிருந்து சக்தி கிடைக்கிறது?

சக்தி!

பராசக்தி! பெண்சக்தி! தொடக்கத்திலிருந்து அடிமூலமாகப் படைத்து உருவாக்கும் விசையாற்றலும் ஊக்கமும்தான் பெண் உருவம் கொண்ட சக்தி என்று நம்பும் இந்த மண்ணில், இப்போது அதே சக்தி எத்தனை விசித்திரமான உருவங்களில் வக்கரித்துக்கொண்டு உருத்தரிக்கிறது? 'சக்தி' என்பது பாரதப் பெண்கள் அயராமல் வேலை செய்யும் உடல்வலிமை கொண்டதாக நலிந்து, சாதாரணப் பொதுமுறையான செயல்களாகத் தேய்ந்துகொண்டு வரும் இந்த மூன்றாம் உலக சகாப்தம்! செய்வதறியாது, வேறு வழியில்லாமல் கொடுத்த வேலைகளையெல்லாம் வண்ணான் மூட்டையைச் சுமக்கும் கழுதையைப் போலச் சுமக்கும் செயலற்ற மந்தம், கூடவே இயந்திரம்போலச் செயல்படும் இயலாமை. நிகழ்காலத்திற்கு வந்தேன்.

"உன்னைத் தொந்தரவு பண்ண வேண்டியிருக்கு, உஷா, 1984இன் ஆடிட் ரிப்போர்ட் வேண்டும், பிற்பகலில் மீட்டிங்க்" என்றேன்.

"இதோ தரேன் மேடம், இதற்காக நீங்க ஏன் சிரமப்பட்டு வந்தீங்க, ராதேஷ்யாமை அனுப்பியிருக்கலாமே?" என்று எழுந்து, ஒரு காத்ரேஜ் காபினெட்டிலிருந்து ரிப்போர்ட் ஃபைலை எடுத்துக் கொடுத்தாள்.

"சும்மா உன்னையும் பாத்துட்டுப் போகலாம்னு வந்தேன். உஷா, அன்று எங்காத்துலே எல்லோருமா சேர்ந்து கூடினோம். அதற்குப் பிறகு உன்னைப் பார்த்து ஒரு வாரமாகிறது. நாம்ப ஒரே ஆபீஸில் வேலை செய்த பின்னும்! தேங்க்ஸ் உஷா."

***

பிற்பகல் மீட்டிங்க் முடிந்து என் அறைக்குத் திரும்பி வந்து உட்கார்ந்தபோது முட்டுக் கால்கள் வலித்தன. எனக்கே இப்படியிருந்தால், பாவம் உஷாவிற்கு? கம்பெனியின் சூழ் நிலையோ மிகவும் செயற்கையானது. சாதாரணக் களைப்போ அல்லது மூப்பால் நலுங்கின உடம்பையோ, ஒன்றையுமே சட்டை செய்யாமல் ஒரு இயந்திர இயக்காற்றலை எதிர் பார்க்கும். எந்த இயல்பான பாதிப்பையும் ஏற்க வலுவில்லாத சூழ்நிலை. ஆல்டோஸ் ஹக்ஸ்லியின் பிரேவ் நியூ வர்ல்ட் *(Brave New World)* போல! மூப்பு என்று இயற்கையாகத் தேய்ந்து போகும் கட்டத்திற்கு இடம்தராமல், மங்கி மறையும் இளமையைப் பரிதாபமாகத் தொற்றிப் பிடித்துக்கொள்ளும் நிர்ப்பந்தம்! கதவைத் தட்டி ராதேஷ்யாம் உள்ளே நுழைந்தான்.

"மேம் ஸாப், உங்களை படா ஸாப் கூப்பிடுகிறார்" என்றான். "வரேன்னு சொல்லு" மேஜையைச் சீர்படுத்திவிட்டு ஜெனரல் மேனேஜரைப் பார்க்கப் போனேன்.

"கம் இன் காயத்ரி, உட்கார். மீட்டிங்கில் உன் பிரிவைப் பற்றி நன்றாக விளக்கினாய். தேங்க்ஸ். அடுத்த ஃபைனான்சியல் வருடத்திற்காக சுரேஷும் நீயுமாக உட்கார்ந்து ஒரு 'ரஃப் பிளான்' போடுங்க. வேண்டிய டாக்யுமென்ட்ஸை எடுத்துக் கொண்டு வீட்டிற்குப் போய்க் கவனமாகப் படி" என்றார் ஸரீன்.

"சரி மிஸ்டர். ஸரீன்"

"அப்ப நாளைக்குப் பதினொரு மணிக்கு இதைப்பற்றி விவாதிப்போமா?" என்றார். கொஞ்சம் யோசித்தேன்.

"ஓ.கே." என்று எழுந்தேன்.

"ஆ, காயத்ரி, ஒரு விஷயம். வர சனிக்கிழமை மாலை உனக்கு ஏதாவது புரோகிராம் இருக்கா?"

"இல்லையே"

"கமானி ஆடிடோரியத்தில் உமா ஷர்மாவின் கதக் நாட்டியத்திற்கு இரண்டு டிக்கட் இருக்கு."

"ரொம்ப தாங்க்ஸ், மிஸ்டர் ஸரீன். ஆனால் சங்கருக்குக் கதக்கில் சுவாரஸ்யமில்லை."

"சங்கர்?"என்று சிரித்தார் ஸரீன்.

"நான் உன்னைத்தான் அழைத்தேன். டான்ஸ் முடிந்த பின், டின்னரையும் முடித்துக்கொண்டு உன்னை வீட்டிலே கொண்டு விட்டுடறேன். சனிக்கிழமை ஃப்ரீயா?"

"நான் சனிக்கிழமை எங்க புரோகிராம் பற்றிச் சங்கரிடம் கேட்டு நாளைக்கே சொல்லிடறேன். பதினொரு மணிக்குச் சந்திப்போமே?" என்றேன். அவர் முகத்தில் லேசாகச் சினம் படிந்தது.

"என்ன சொல்லப் போகிறாய்? ஒவ்வொரு முறையும் ஒரு புது நொண்டிச்சாக்குக் கிடைக்கும் உனக்கு!"

"நோ, நோ மிஸ்டர் ஸரீன். டான்ஸ் என்றால் எனக்கு ரொம்பப் பிடிக்கும், சனிக்கிழமைதான் ..." என்று இழுத்தபடி வெளியேறினேன். என் அறைக்கு வந்து மாலையில் படிப்பதற் காக ஒரு ஃபைலில் சில தேவைப்பட்ட பேப்பர்களை எடுத்து வைத்துக் கொண்டேன். முழங்கால்கள் 'விண்விண்' என்று வலித்தன. நான்தான் அரைக் கிழவியாக இப்படி உடம்பை இழுத்துக்கொண்டு வேலை செய்யறேன் என்றால், இந்த ஜெனரல் மானேஜர் ஸரீனுக்கு என்னைவிடப் பத்து, பதினைந்து வயது கூடுதலாக இருக்குமே? அப்படியும் சபலம் விட்டபாடில்லை! ஆனால் அவரையும் முழுக்கக் குற்றம் சொல்வதற்கில்லை. அவரைப் போன்ற ஆண்களைச் சந்தோஷப்படுத்த ஆபீஸில் போட்டிபோட்டுக் கொண்டு நிறைய பெண்கள் உண்டு – தொழிலில் முன்னேற வேண்டும், பிரமோஷன் கிடைக்க வேண்டும் என்ற அரிப்பில், அந்த ஆணைப் பதிலுக்குச் சாப்பிட்டு ஏப்பம் விடுவார்கள்.

சனிக்கிழமை வரும். வழக்கம்போல ஸரீன் 'நொண்டிச் சாக்கு' என்று குறிப்பிடும் ஏதாவது ஒன்றைச் சொல்லி நழுவிக்கொள்வேன். வழக்கம்போலவே ஸரீன் ஏளனமாய்ச் சிரிப்பார். பிறகு, நான் அறையைவிட்டு வெளியேறிய மறு நிமிடமே வேறு ஒரு பெண்ணைச் சனிக்கிழமைக்காக வளைத்துப் போட்டுக்கொள்வார். டின்னரில், அந்தப் பெண்ணைச் 'சிக்கன்' மேலிருக்கும் சதையாகக் கடித்து, மென்று, பிறகு எலும்புத் தண்டிற்குள் இருக்கும் மசாலா சாறாக உறிஞ்சி, அதற்கும் பிறகு கறைபடிந்த கைவிரல்களைத் துடைத்துக் கொள்ளும் மேஜை 'நாப்கினாக' அவள் கசக்கி எறியப்படுவாள். சில வருடங்களாய் இந்தியாவிலும் நுழைந்த இப்படியொரு வெட்கக்கேடான நிலைமை, இந்தக் 'கன்ஸ்யூமரிஸம்', ***(Consumerism)***. விலங்குகள் பிற விலங்குகளைக் கொன்று தின்னுகிற புதர்க் காட்டின் சட்ட ஆட்சி! இதில் சில அபூர்வப்

பெண்கள், தங்கள் தனித்தன்மையைக் காப்பாற்றிக்கொண்டு தங்கள் மீதிருக்கும் மதிப்பைத் தாங்களே இழக்க வேண்டாம் என்ற உறுதியுடன் மறுப்புத் தெரிவித்தால், அவர்கள் வெவ் வேறு விதங்களில் விழுங்கப்படுவார்கள் – 'கான்ஃபிடன்ஷியல் ரிப்போர்ட்டுகளில்', அல்லது தடைபட்ட 'பிரமோஷன்', குறை வான 'இன்க்ரிமெண்ட்', இன்னும் சில விபரீதமான சங்கதி களில் வேலை நீக்கம்! கிரன் அகர்வாலைப் போல. கடைசி வரை ஆண்விலங்கின் அந்த வஞ்சிக்கும் கசப்பு அவர்களைத் தண்டிக்கும்.

கிரன் அகர்வால்.

அந்தப் பெண் என்ன பாடுபட்டாள்!

அவள் வேலையிலிருந்தே நீக்கப்பட்டாள். ஆனால் அதை ஒரு பெருஞ்செயலின் வெற்றிச் சின்னமாகச் சுமந்துகொண்டு, வீர அணங்காய் வீடு திரும்ப முடிந்ததா அவளுக்கு? 'கிடங்கு வேலை, என் கணவனிடம் சொல்றேன் பாரு!' என்று ஆவேச மாக வீடு போனவள், மறுநாளே அதற்கும் மேல் அதிர்ச்சி யடைந்தவளாய், ஆபிஸிற்கு வந்து எங்களிடம் முறையிட்டாள்.

'உனக்கென்ன அப்படியொரு திமிர்?' என்று திட்டினா னாம் அவள் கணவன். "'உன் பாஸிற்கு'ச் சரியாக இசைந்து கொடுத்துண்டு, கொஞ்சம் 'அட்ஜஸ்ட்' பண்ணிக்கொள்ளக் கூடாது?" என்று இரைந்தானாம், தனது புதிதாக மணமான இளம் மனைவியிடம்.

"பார்த்தீங்களா மேடம்?" என்றாள் கிரன், கோபமும் அவமானமும் வெடிக்க. "அட்ஜஸ்ட் என்பது இங்கே எத்தனை அசிங்கமான வார்த்தை? கிடைத்த வேலையைப் பாதுகாத்து வைத்துக்கொள்ளத் தெரியாத அசடு என்றான் மேடம் அந்த விபசாரத் தரகன்!" என்று தன் கணவனைப் பற்றி ஆக்ரோஷ மாய்க் கத்தினாள் கிரன். திருமண உறவைப் பற்றி, தன் கணவனைப் பற்றிக் கண்ட கனவுகள், பொதுவாக ஆபீஸ் அதிகாரிகள் மேல் அவள் இதுவரை வைத்திருந்த மரியாதை யெல்லாம் அன்று தூள் தூளாக உடைந்தன.

கைக்கடிகாரத்தைப் பார்த்தேன். கிளம்ப நேரமாயிடுத்து. தலை வலித்தது. நாற்காலியிலிருந்து எழுந்தேன், பாத்ரூமிற்குப் போய், கைகளையும் முகத்தையும் அலம்பிக்கொண்டேன். ஸ்டாண்டில் தொங்கும் துவாலையை எடுத்தேன் ஒரு கணம். பிறகு அதை ஸ்டாண்டிலேயே மாட்டினேன். எனக்கு என்றைக் கும் ஆபீஸின் இந்தப் பொதுத் துவாலை பிடிக்காது. எத்தனை பேர் துடைத்துக்கொண்ட அழுக்கு அதில் இருக்கலாம்?

அதற்கு இந்தச் சுத்தமான, உபயோகிக்கப்படாத 'டாயிலட் டிஷ்யூ' தேவலை. 'ரீலில்' தொங்கும் வெளிர் நீலக் கலர் 'டாயிலட் டிஷ்யூ'வை உருவியெடுத்து முகத்தை, கழுத்தை, கைகளை ஒற்றியெடுத்தேன் . . . மென்மையான, துப்புரவான சுத்தமுள்ள 'டிஷ்யூகள் . . . உபயோகித்த பின் அவற்றைக் கசக்கி, 'கம்மோடில்' களைந்து 'ஃபிளஷ்ஷை' இழுத்தேன். 'விஷ்!' என்ற ஓசையுடன் தண்ணீர் சுழன்று, சுழன்று, எல்லா 'டிஷ்யூ' பேப்பர்களையும் அடித்துக்கொண்டு போயிற்று. ஓசை அடங்கியது. பாத்ரூமில் சுற்றிலும் வெள்ளை வெளேரென்ற பீங்கான் 'டைல்கள்' என்றுமில்லாத கொடூரத்துடன் கிரிச் சிட்டு, கண்கூசும் வெண்மையுடன் பளீரிட்டன. தூய்மையின் சின்னமான வெள்ளை நிறம் கைகொட்டி, எள்ளி நகைத்தது. மனித நாற்றத்தை விரட்ட, 'ஓடோனிலின்' பிரித்த பொட்டலங் களிலிருந்து வரும் நறுமணம் துல்லியமாக நாசியை எட்டியது. பிரகாசமான விளக்கடியில், பாத்ரூமின் நடுவே பொருத்தப் பட்டிருந்த அந்த அகலமான கண்ணாடியில் சட்டென்று பிரதிபலித்த அந்தப் பெண்ணின் முகம்? அதைப் பார்க்கவே பயங்கரமாய் இருந்தது . . .

6

இரவுச் சாப்பாட்டை முடித்தபின் வரவேற்பறை யில் உட்கார்ந்துகொண்டு 'ஃபைல்' கட்டைப் பிரித்தேன். அதில் இருந்த 'டாக்யுமெண்டுகளில்' கவனம் செலுத்தி னேன். 'விண், விண்' என்ற முழங்கால் வலியுடன் இப்போது முதுகு, கை, கால் எல்லாமே சேர்ந்து வலித்தன. சில முக்கியமான குறிப்புகளைத் தனியாக எழுதிக் கொண்டேன்.

"என்ன இது காயத்ரி? மணி பன்னிரண்டரை!" தலை நிமிர்ந்தேன். அரைத் தூக்கத்தில் எழுந்து, குழப்பத் துடன் நிற்கும் சங்கர்.

"நாளைக்கு ஸரீனுக்கு ஒரு 'பிளான்' சப்மிட் பண்ணணும், வர 'பைனான்ஷியல்' வருடத்திற்காக" என்றேன்.

"சரியாப்போச்சு! நாளைக்கு மீண்டும் ஐந்தரை மணிக்கெல்லாம் எழுந்திருக்கணுமே?"

"இதோ, பத்து நிமிடத்தில் வந்துடுவேன்" என்றதும் சங்கர் அங்கிருந்து நகர்ந்தார்.

குறிப்புகளைக் கோர்த்துவைத்ததில், ஏதோ ஒன்று கோர்வையாகப் பிணைந்து வருவதுபோலத் தெரிந்தது. இதை அதிகாலையில் இன்னொருமுறை படித்தால், இன்னும் தெளிவாகலாம். ஃபைல்களை அப்புறப்படுத்தி விட்டு எழுந்தேன். சோர்வு அழுத்தியது. ஆனால் தூக்கம் மட்டும் வரவில்லை. கண் இமைகள்மீது ஏதோ 'சுருக்சுருக்' கென்று ஊசிகள் போலக் குத்தின. எழுந்து படுக்கை யறைக்குப் போகலாம் என்றால் ஏனோ எனது கால்கள் என்னை அந்தப் பெரிய ஒற்றை ஜன்னலருகே இழுத்துக் கொண்டு போயின. வெளியே, இந்தப் பூனையும் பால்

குடிக்குமோ என்பது போலத் தில்லி துயிலமைதியில் அசை வற்றுக் கிடந்தது: சுற்றிலும் டி.டி.ஏ. ஃப்ளாட்டுகள். இரவின் இருட்டிலும் மங்கலான சதுரம் சதுரமாகத் தெரியும் ஜன்னல் களுக்குள் உள்ளே ஓசை அடங்கித் தூங்கும் நூறு குடும்பங்கள். உறக்கம் சுவர்களுக்கும், கூரைகளுக்கும் தொற்றிக்கொண்டாற் போல மனிதர்களுடன் சேர்ந்து உறங்கும் வீடுகள்.

"எல்லோரும் தூங்கியிருக்க, நான் மட்டும் ஆந்தைபோல விழித்திருந்தேன் காயத்ரி!"

அன்று அடங்கிய குரலில் ரமா சொன்ன வார்த்தைகள் ஏனோ இப்பொழுது, வெளிப்பார்வைக்குச் சலனமில்லாமல் உறங்கும் இந்த வீடுகளைப் பார்த்து, நினைவுக்கு வந்தன. அதற்கும் மேல், நிலைகுலைய வைக்கும் கூர்விழிப்புடன், ரமா அந்த மத்தியவர்க்க வீடுகளையும் அந்த வீடுகளின் உள்ளே வசிக்கும் மனிதர்களையும் விவரித்தபோது, அவ ளுடைய வார்த்தைகள் என்னை எப்படிச் சிலிர்க்க வைத்தன! அது அதிர்ச்சியாலா அல்லது 'ஜில்'லென்ற தெளிவான பன்னீர்போல அவள் தெளித்த விவரங்களால் வந்த சிலிர்ப்பா? பளிச்சென்று பச்சை குத்தியதைப் போலப் பொசுக்கும் உண்மையைத் தேடும் ரமாவின் பார்வை என்னை அதிரவைத்தது.

"இந்த வீடுகளை அமைத்த குடும்பங்கள்! தேதியை ஒழுங்காகக் கிழித்து, ரேஷன் வாங்கி, கருமித்தனம் கிருமி களாய் மனத்தையும் உள்ளத்தையும் கறையான் அரிக்க, பணத்தை வங்கியில் போட்டு, வட்டி குட்டி போடுவதை ஆவலுடன் கவனிப்பார்கள். ஜாதகப் பொருத்தம் பார்த்துக் கல்யாணம் செய்துகொண்டு, சாப்பிட்டுச் சீராக வாழும் சலனமில்லாத மத்தியவர்க்கக் குடும்பங்கள், இரவைப் போர்வை யாகப் போர்த்திக்கொண்டு உறங்கும் வீடுகளை விழுங்கும் அரையிருட்டு. இதில் ஒவ்வொருத்தியும் நெறிதவறா மனையாளாக இருக்கலாம். ஓசைப்படாமல் வாழ்ந்து, ஒரு நாள் ஓசைப்படாமல் மடிவாள். ஆனால் எனக்கு மட்டும் என்னைச் சுற்றிச் சுவாசிக்கும் இத்தனை உறங்கும் உயிர்கள் இருந்தபோதிலும், ஏதோ ஒரு பாழ் கல்லறையில் நான் மட்டும் கண்கொட்ட முடியாமல், உயிர் எழுச்சியடைந்து, ஏகாந்தமாக நிற்பது போல இருந்தது. இருப்பினும் நான் மட்டும் திடீரென்று உயிர்பெற்றது போலவும் இருந்தது..."

அன்று ஒரு பெரிய இடைவெளிக்குப் பிறகு, மனத்தைத் திறந்து பேசும் ரமாவைப் பார்த்து நான் எத்தனை அதிர்ச்சி

யடைந்தேன். இருந்தாலும், எதிர்த்தாக்குப் போல மண்டைக்கும் பின்னால் ஏதோ ஒன்று ரமாவின் ஒவ்வொரு செயலும் “நறுக்”கென்று நியாயத்தை நிலைநாட்டுவதைப் பதிவுசெய்தது. இவளுடன் துரை அன்பும் இல்லை வெறுப்பும் இல்லை என்பதுபோல ஒரு ஊமை வலியை எழுப்பும் அசைவற்ற வாழ்க்கையை அமைத்துக் கொண்டிருக்கிறார். உயிர்த் துடிப்புக் கொண்ட ரமாவிற்கு எழுத்திலும் வாழ்க்கை நடையிலும் பிறருக்காகச் சந்தோஷப்பட்டு, பிறருக்காகத் துக்கப்பட்டு உருகும் ரமாவிற்கு, இப்படியொரு ‘சப்’பென்ற இயக்கமற்ற மணவாழ்வு, அதன் கோட்பாட்டிற்குள் அவள் வெறும் ஒரு வசதி. இறப்பதற்கு முன் ரமா உயிருடன் வாழ்வதில் என்ன தவறு? அதுவும் அவள் வாழ்க்கையில் தாமோதரன் போல ஒரு உயர்ந்த மனிதர் நுழைந்தவுடன்?

“ரமா, இது எப்படி நேர்ந்தது? எப்படி அனுமதிச்சே?” என்றுதான் நான் முதலில் கேட்க முடிந்தது. வலுவில்லாத வாதம்!

“எப்படி நேர்ந்தது? மேகம் இருண்டு, மின்னல் பளீரிட்டு, இடி இடித்தபின் பிய்த்துக்கொண்டு மழை பொழியுமே, அதுபோல!” என்றாள் ரமா.

“ஓஹோ! மழையிலிருந்து தப்பித்துக்கொள்ள வீட்டுக் குள்ளே ஓடிப்போய் ஒடுங்கிக்கொள்வது தானே?” என்றேன், நெஞ்சு பதைபதைக்க.

“வீடா? எனக்கேது வீடு? மேலும், நன்னா தொப்பலா நனையணும்போல இருந்ததே காயத்ரி?” என்றாள் ரமா, சிரித்தபடி. கள்ளங்கபடமற்ற அந்தச் சிரிப்பு அவள் முகத்தி லிருந்து பத்து வருடங்களைக் களைந்து எறிந்தது.

“எப்படிச் சொல்வேன் காயத்ரி? தாமோதரனிடம் வளரும் இந்த நட்பு – அதை நட்பு என்றுதான் சொல்ல முடியும் – இது ஏதோ ஒரு அதிசுத்தமான, நிர்மலமான குளிர்ந்த நீரில் குளித்தெழுந்த உணர்வை அளிக்கிறது, காயத்ரி. பச்சை வெளியில் ஜில்லென்று ஓடும் அருவியில் மூழ்கி, மனமும் உடம்பும் மாசுமருவில்லாமல் தூய்மையாகி, சிலிர்த்து, புனர் ஜன்மம் எடுத்தாற்போல . . .”

“துரை?”

என்னையுமறியாமல் கேள்வி வெளிவந்தது. “துரைக்கு என்ன? அவர் ஒரு கணவன் நான் ஒரு மனைவி” என்றாள் ரமா.

“நான் ஒரு மனைவி!”

“எத்தனை வெறுமையுடன், சப்பையான, பொருள் தேய்ந்த வாக்கியமாக வெளிவந்தது. அவளுடைய வார்த்தைகள் என்னை ஒடுக்கி மௌனமாக்கின. அன்று மாலை, நாங்கள் இருவரும் ஒரு ஹோட்டலின் புல்தரையில் போடப்பட்ட நாற்காலிகளில் உட்கார்ந்து ‘ஸேண்ட்விச்’ சாப்பிட்டு, தேநீர் அருந்திக் கொண்டிருந்தோம். பேசாமல் உட்கார்ந்திருக்கும் என்னை இரண்டு விநாடிகள் உற்றுப்பார்த்த ரமா, தேக்கரண்டி யால் கோப்பையை இரண்டு மூன்று முறை தட்டினாள். பிறகு விரல்களால் மேஜையின் மீது தாளங்கொட்டினாள். மறுபடியும் குழந்தை போலச் சிரித்தாள்.

“காயத்ரி, துரைக்கு நான் துரோகம் பண்ணறேன் என்று நீ நினைக்கிறாயா”? என்றாள். நான் பதில் பேசவில்லை, அவளே தொடர்ந்து:

“காயத்ரி, துரோகம் என்பது என்ன? அதற்கு அணை கட்டும் வரையறை வெறும் சருமமா? அப்படியானால் நாம் மனதால் மட்டும் ஒருவரை சுவீகரித்துக்கொள்ளலாமா? அது துரோகமில்லையா? சிந்திக்கும் மனிதனுக்கு அதைத் தவிர்க்கத்தான் முடியுமா?” என்றாள் ரமா.

“இந்த மாதிரி கேள்விகளைப் போட்டு, எல்லைகளைப் பெயர்த்துக்கொண்டே போகலாம்...” என்று ஆரம்பித்த என்னை மறுபடியும் இடைமறித்தாள். அவளுடைய வார்த்தைகள் அவசரமற்று வந்தன:

“நாம் பார்த்து இத்தனை பயப்படும் இந்தச் சருமத்தி லேயே மனமும் அறிவும்கூடத் தோய்ந்திருந்தால், அப்ப சருமமும் தானே சுதந்திரமாகச் சிந்திக்கத் தொடங்கும்?” என்று மடக்கினாள் ரமா.

நான் சும்மாவே உட்கார்ந்திருந்தேன். எனக்கு இதன் விடைகள் தெரியாது. யாருக்கு யாருடன் என்ன உறவு என்று தெளிந்து வராத இந்தக் குழப்பத்தில், விசுவாசம், கற்பு, துரோகம் என்ற தனித்தனிப் பிரிவுகள் எப்படி அமையும்? சொல்லப்போனால், யாருக்குத்தான் யார் துரோகம் செய்ய முடியும், இப்படிப் புதிர் போன்ற பந்தங்களும் புலப்படாத உறவுகளும் பிணைத்திழுத்து, இருதலை வாதங்களைக் கிளப்பும் தெளிவற்ற நிலைமைகளில்?

ஒரு இடைவெளிக்குப் பிறகு நான் கேட்டேன்:

“சரி, சருமத்தின் சிந்தனைதான் என்ன? அதையாவது நான் தெரிந்துகொள்ளலாமா அல்லது அது ரகசியமா?” என்றேன். நிதானமான ஒரு மெல்லிய புன்னகை அவள் உதடுகளில் நெளிந்தது. “இந்த ரகசியத்தில் ஒரு பங்கையாவது உன்னுடன் பகிர்ந்துகொள்ள விரும்புகிறேன். ஆனால் அதை எப்படி விளக்குவது என்றுதான் எனக்குத் தெரியவில்லை” என்றவளின் குரல் தாழ்ந்தது.

“என்னது, உனக்கா தெரியவில்லை? எழுத்தாளர் அவர்களே ...”

“ஓ காயத்ரி! எப்படிச் சொல்வேன்? என்னைப் பொறுத்த மட்டில் ஏதோ அதிசுத்தமான, நிர்மலமான குளிர்ந்த நீரில் குளித்தெழுந்தாற்போல இருந்தது. பச்சை வெளியில், ஜில் லென்று ஓடும் அருவியில் குளித்து, உடம்பையும் மனத்தையும் மாசுமருவில்லாமல் சுத்தமாகத் துடைத்து, தூய்மையாக்கிச் சிலிர்த்துப் புனர் ஜன்மம் எடுத்தாற்போல ...” என்று மறுபடியும் அதே வார்த்தைகளை உபயோகித்து, அதன் விந்தையை மீண்டும் வியப்புடன் உணர்ந்தாற்போலச் சிந்தித்தாள்.

“சொல்லத் தெரியாது என்றாயே?” என்றேன். மெதுவாகச் சிரித்தாள்.

“இப்பேர்ப்பட்ட அனுபவத்திற்குப் பிறகு எப்படி ஒரு சம்பிரதாயமான குற்றவுணர்வை வலிய வரவழைத்துக்கொள்ள முடியும்?” என்றாள்.

சுற்றிலும் உறங்கும் வீடுகள் இருக்க, ரமாவிற்கு உண்மையில் ‘வீடு’ என்று தஞ்சம் புகுந்துகொள்ள இடமேயில்லை. அவள் நள்ளிரவில் ஆந்தைபோல விழித்துக் கிடக்கிறாள். அவளைச் சுற்றியிருக்கும் சுவர்கள்போல் கல்லாய்ச் சமைந்து போன துரையுடன் பகிர்ந்துகொள்ளும் அந்தச் சூழலில் ஏதோ ஒன்று அவளை எழுப்பி வெளியே தள்ளுகிறது. கடைசியில் ஓடும் நதிக்குக் கிடைத்த கடல்போல அவளுக்குத் தாமோதர் கிடைத்தார்.

தாமோதர். ஓரிரண்டுமுறை அவரைப் பார்த்த நினைவிருந்தது. மாநிறம், அளவான உயரம், அவருடன் பேசின உடனேயே ஒருவித கம்பீரமும் ஆழமும் மனத்தில் பதியும். மலையாள எழுத்தாளர். தில்லிப் பல்கலைக்கழகத்தின் உளவியல் பிரிவில் உதவிப் பேராசிரியராகப் பணிபுரிந்து

வந்தார். இவரிடம் ரமா என்ன தேடுகிறாள்? துரதிர்ஷ்ட வசமாய் தனக்குக் கிடைக்காத ஒரு தெளிவான, அறிவுள்ள அம்மா, வலுவான அப்பா, ஆண்மையுள்ள, அன்பான கணவன், விசுவாசமான நண்பன்... அல்லது இந்த மர்மமான வாழ்க்கையைப் பற்றி விவாதிக்க ஒரு தைரியமுள்ள கூட்டாளி... இதையெல்லாம் ஒருங்கே திரட்டியளிக்கும் ஒரு உயிர்?

ரமா. தாமோதர். கவர்ந்திழுக்கும் அடக்கமும், நேர்மையும் உள்ள தடுமாற்றமில்லாத இரண்டு உயிர்கள். தங்கள் வரம்புகளை ஒரு தன்னாட்சியுடன் மனப்பூர்வமாகப் புரிந்துகொண்ட ஸ்திரநிலை அவர்களுக்கு வாய்த்தது. அன்று ரமாவின் வாயிலிருந்தே இது தெரிய வந்ததே.

"காயத்ரி, நான் என்ன சின்ன பெண்ணா, அல்லது தாமோதர்தான் ஒரு வாலிபனா? மேலும், உத்தியோகம், குடும்பம், எழுத்து என்று குவியும் பொறுப்புகள், குரல் வளையை நெரிக்கும் சூழ்நிலை எங்கள் இருவருக்குமே உண்டு. இப்படி இருக்கும் போது, இந்த வயதிலே சம்பிரதாய மாக ஆரம்பம் – தொடர்ச்சி – முடிவு – என்று நாங்கள் எதிர் பார்க்கச் சமயம் ஏது, சந்தர்ப்பம் ஏது? இதுவே ஒரு நிலை யற்றதொரு நிலைமையாக இருந்துட்டுப் போகட்டுமே? அதைக் குறைசொல்லாமல் ஏற்றுக்கொள்ளக் கற்றுக்கொண்டோம். இந்தத் தருணத்தில் நாங்கள் ஒருவரிடம் ஒருவர் ஒன்றையுமே எதிர்பார்க்கவில்லை – பரஸ்பர மரியாதையும் அக்கறையும் தவிர..." அதைச் சொன்ன ரமா, ஒரு கணம் வானத்தை அண்ணாந்து பார்த்தாள்:

"காயத்ரி, இந்தப் பரந்த இடைவெளியில், காலத்தின் சுழலுக்குள், என் மீதும் இப்படிப் பதிலுக்கு ஒன்றுமே எதிர்பார்க்காமல் வழிகாட்டும் ஒரு துருவ நட்சத்திரம்போல ஒரு தூய உள்ளம் இருப்பதை நினைத்த மட்டிலேயே, வாழ்வதற்கு ஒரு புது ஊக்கம் கிடைக்கிறது" என்று முடித்தாள் ரமா. என்மனம் இவர்கள் இருவரையும் வாழ்த்தியது. ஆனால் என் மௌனத்தை மீண்டும் கலைத்துக் குழம்பினாள் ரமா.

"காயத்ரி, உண்மையில் நான் எப்போது துரைக்குத் துரோகம் செய்வதுபோல உணருகிறேன் தெரியுமா?"

"ஹூம்?"

"துரை இரவில் கண்களை மூடிக்கொண்டு, 'உலகம் தன் குறைகளை மன்னிக்கும்' என்ற ஒரு எளிமையான நம்பிக்கை யுடன் தூங்கும்போது, நான் இன்னும் விளக்கடியில் உட்கார்ந்து கொண்டு, ஏதேதோ தேடிக்கொண்டு, ஏதேதோ கிறுக்கிண்டு வரேன் பார்? அப்பதான் என்னைப் பலமாகத் தாக்கும் – பொசுக்கும் உண்மையைத் தேடும் இந்த வழி, அவர் வீட்டிலேயே இருந்துகொண்டு அவருக்குச் செய்யும் துரோகம் போல இருக்கும்!" என்றாள்.

"ஆ?"

"ஆமா காயத்ரி, அதுதான் எழுத்து இறுதியில் தரும் தண்டனை. ஒரு மீளாத, அவசியமும் இல்லாத குற்றவுணர்வு!"

7

"அம்மா, மீட் மை ஃபிரண்ட் கிரிஜா" என்றான் அரவிந்த். கூடவே, "அப்பா எங்கே?" என்றாள் ஆவலாக.

கிரிஜா?

அவளைப் பார்த்து "ஹலோ!" என்றேன். அவள் பதிலுக்கு இருகைகளையும் கூப்பிப் புன்னகைத்தாள். கிரிஜாவை நான் இதுவரையில் பார்த்ததேயில்லையே. அரவிந்தின் எத்தனையோ கும்பல்களைப் பார்த்திருக் கிறேன், ஆனால் இவளை ..?

"உட்காரும்மா ... ஓ, நீ தமிழ்தானே?" என்றேன்.

"யெஸ், யெஸ்" என்றாள் கிரிஜா. அரவிந்தைப் போல இவளும் நான்காம் வருடம் எம்.பி.பி.எஸ். படிக் கிறாளா அல்லது இவனுக்கு ரொம்பவும் ஜூனியரா? அவள் வயதைத் தெளிவாக ஊகிக்க முடியவில்லை. வயது இளமையானதாக இருந்த பின்னும் அவள் முகத்தில், குறிப்பாகச் சற்றே தூக்கலாக இருந்த கன்ன எலும்புகளின் மீதும் கண்களின் கீழே நிழல் தட்டும் கருமையிலும் ஏதோ ஒரு அவசர முதிர்ச்சி தெரிந்தது. உதட்டில் பூசியிருந்த 'லிப்ஸ்டிக்' இந்த முதிர்ச்சியை மிகைப்படுத்திக் காட்டியது. அவர்களுக்குத் தேநீர், பிஸ்கெட்டை வழங்கிய பிறகு அவள் அருகில் உட்கார்ந்து கொண்டேன்.

"நீ எந்த வருடம்?" என்றேன்.

"என்னங்க?"

"அரவிந்தின் 'பேட்சா' அல்லது மூன்றாவது வருடம் படிக்கிறாயா?" என்று விளக்கினேன் திடீரென்று 'கலீர்' என்று சிரித்தாள். அவள் உதவிக்கு வருவதுபோல் அரவிந்த் குறுக்கிட்டான்.

“அம்மா, கிரிஜா மெடிக்கல் படிக்கலை. பி.ஏ. கடைசி வருடத்தில் இருக்காள். ஒருநாள் சுதாகரின் பார்ட்டிக்குப் போயிருந்தேன் அல்லவா? அங்கேதான் கிரிஜாவைச் சந்தித்தேன்” என்றான்.

“ஓகோ”

சங்கரும் எங்களுடன் வந்து உட்கார்ந்து, அரை மணி நேரம் பேசிக்கொண்டிருந்தார்.

“அப்பா, நான் கிரிஜாவை பஸ்லே ஏத்திட்டு வரேன்” என்ற அரவிந்திடம், “ஆல்ரைட்” என்றார்.

“உனக்கு எங்கே போகணும்மா?” என்றார் சங்கர்.

“பண்டாரா ரோட்”

“அப்படியா அப்பா எந்த மினிஸ்டரி?”

“காமர்ஸ்.”

“ஓகோ. சரி. அரவிந்த், கிரிஜாவைப் பார்த்து அனுப்பிவை, பை!” என்றார்.

***

மறுநாள் காலை ஞாயிறு மூவரும் சாவகாசமாய் உட்கார்ந்து காபி சாப்பிட்டோம். சாவகாசமாகவே பேப்பர் களையும் பார்க்க முடிந்தது.

“அப்பா, அம்மா, உங்களிடம் ஒரு விஷயம் சொல்ல வேண்டும்” என்றான் அரவிந்த் தயங்கியபடி. பிறகு தொடர்ந்து:

“கிரிஜா எனக்கு ரொம்ப ஃபிரண்ட்” என்றான். நாங்கள் காத்திருந்தோம். அங்கே நிலவிய மௌனத்தைக் கத்தியைக் கொண்டு அறுக்கலாம், அத்தனை கனமாக இருந்தது. பிறகு சங்கர் அவனுக்கு உதவியாக...

“உம், கிரிஜா உன்னுடைய ஃபிரண்ட். அப்புறம்..?”

“அப்புறம் அவள் வெறும் ஃபிரண்ட் மட்டுமல்ல...” என்றான் அரவிந்த்.

“பின்னே?” என்று சங்கர் கேட்டதும், திடீரென்று எழுந்து நின்றான்.

“அரவிந்த், ஏன் இப்படிப் பதற்றப்படறே? உட்கார்ந்துக்கோ” என்றேன். நின்றவாறே என்னை ஒரு கணம் பார்த்தவன்,

“அம்மா நீயாவது புரிஞ்சுக்கோ...” அவன் கண்கள் கெஞ்சின.

"என்னடா கண்ணா, சொல்லேன்."

"அம்மா, கிரிஜாவை எனக்கு ரொம்பப் பிடிக்கும். நான் அவளைக் கல்யாணம் பண்ணிப்பேன்."

கல்யாணம்? எத்தனை பெரிய வார்த்தை! எனக்கு முதலில் பீறிட்டுக்கொண்டு சிரிப்பு வந்தது. பிடிவாதமாகத் தரையில் என் கண்களைப் பதியவிட்டேன். ஏனென்றால் எனக்குத் தெரியும். சங்கரின் கண்களை மட்டும் சந்திக்க நேரிட்டால், அடங்கிய என் சிரிப்பு அலையலையாக உரக்கப் பெருகும் என்று! இன்னும் மெடிக்கல் முடிக்காத இந்தச் சின்ன பையன், இத்தனை தீவிரமாகப் படிப்பிலும் டென்னிஸ் ஆட்டத்திலும் மூழ்கி இருப்பவனுக்கு, முற்றிலும் சம்பந்தமில்லாத, அவனுடைய இப்போதைய வாழ்க்கைக் கட்டத்திற்கு அவசியமில்லாத இந்த எண்ணம் எங்கிருந்து உதித்தது?

அடுத்த நாள் அதிகாலையில் காப்பி சாப்பிடும்போது சங்கர் இதைப் பற்றியே இரவெல்லாம் சிந்தித்தவர்போலச் சொன்னார்:

"இது வெறும் ஒரு 'இன்ஃபேசுயேஷன்' என்று நினைக்கிறேன், காயத்ரி. தற்காலிகமாகத் தோன்றி மறையும் ஒரு நீடிக்காத பிரமை. அதன் புதுமை தேய்ந்த கையோடு மறைந்து விடும்" என்றார்.

"மறையணும் என்று நான் சொல்லவில்லை. ஆனால் இப்பொழுது அவன் முன்னால் மலைபோலப் படிப்பும் பயிற்சியும் காத்திருக்கும் போது, 'கல்யாணம்' என்றது இந்தச் சந்தர்ப்பத்திற்குப் பொருத்தமாக இல்லையே" என்றேன். சட்டென்று, "பெண்ணும் பொருத்தமாக இல்லை..." என்ற சங்கரைப் பார்த்துத் திடுக்கிட்டேன்.

"அப்படி அவசரப்பட்டு முடிவு எடுக்க முடியாது, நமக்கு அவளைப் பற்றி, அவள் பெற்றோர்களைப் பற்றி ஒன்றும் தெரியாதே, பொருந்தும் பொருந்தவில்லை என்று தீர்மானிக்க" என்றேன்.

"உம்..." என்று யோசித்த சங்கர்,

"எதற்கும் அவர்களை இங்கே ஒரு நடை வந்துட்டுப் போங்கன்னு சொல்றேன்" என்றார்.

***

இன்னும் ஒரு வாரத்திற்கான மளிகைச் சாமான்களை வாங்கி அடைத்துவைத்து, துணிமணிகளைச் சலவைப் பெட்டி

யிடவைத்து, தலைமயிரைத் துப்புரவாகக் கசக்கிக்கொண்டு, ஃபைல் காகிதங்களை எடுத்து வைத்துக்கொண்டு ... இந்த ஞாயிற்றுக்கிழமைக்கு விடுமுறை நாள் என்று யார் பெயர் வைத்தார்கள்? ஏதேதோ மனவுலைவுகளும் குழப்பங்களும் எங்க மூவரையும் பேயாக ஆட்டிவைத்தது. கிரிஜாவின் பெற்றோர்களுடன் பேசினால்தான் நிலைமை ஒரு சமாதானத் திற்கு வரும் என்று தோன்ற, அவள் அப்பா சேஷாத்ரியிடம், அம்மா லக்ஷ்மியுடன் போனில் பேசினோம். கிரிஜா, அரவிந்தைப் பற்றி நாம்ப ஆலோசிக்க வேண்டாமா என்று நான் கேட்டதற்கு;

"இதில் யோசிப்பதற்கு என்ன இருக்கு? குழந்தைகளுக்கு மனசு பிடிச்சுப்போனா, அப்புறம் நாம்ப செய்ய வேண்டியதைக் கவனிக்க வேண்டும், அவ்வளவுதானே?" என்றாள் லக்ஷ்மி, வெடுக்கென்று.

"என்னது? எல்லா விவரங்களைப் பற்றியும் பேசக்கூட வேண்டாமா?" என்றேன்.

"யார் வேண்டாம் என்றார்கள்? வாங்கோளேன் எங்காத் துக்கு, ஒரு நாள்" என்றாள் லக்ஷ்மி. ஏதோ போகும் போக்கிலே ஒரு நடை வா, என்பது போலச் சொல்லும் முறை எனக்குத் தூக்கிவாரிப் போட்டது. பெண் சார்பில் பேசும் ஒரு அம்மா இப்படியா பண்பில்லாமல் ... மேலே என்னையே சிந்திக்க விடாமல் நாக்கைக் கடித்துகொண்டேன்! விட்டுத் தள்ளு என்றது மனம். சமீபத்தில் இந்தியாவில் தோற்றமளித்த இரண்டு வகையான 'இரண்டுங் கெட்டான்'களில் இது இரண்டாவது வகையோ? ஒன்று, புதுப் பணக்காரர்களின் பக்குவமுறாத அநாகரிகக் கூத்து. இன்னொரு வகை இது. அரை வேக்காடு. படிப்பும் மேற்கத்திய கலாச்சாரத்தையும் சரிவர ஜீரணிக்க முடியாத பாதிப்புமாகச் சேர்ந்து கொண்டு, 'முன்னேற்றம்' என்னும் பெயரில் அவர்களால் இயன்றதெல்லாம் இதுதான். முதலில் தங்களுக்கு மரபுரிமையாக இந்த அர்த்தப்பூர்வமான நாகரிகங்களை அவசரம் அவசரமாகக் களைந்தெறிந்து, அழகில்லாமல் நிற்கிறார்கள்.

சரி, இவர்களைப் பற்றி இன்னும் விபரீதமான கற்பனை களை வளர்க்க வேண்டாம் என்று, வர வெள்ளிக்கிழமை வருவதாகச் சொல்லிச் சமாளித்தேன்.

"சரி வாங்க" என்றாள் லக்ஷ்மி, மறுபக்கம். நல்லவேளை, இங்கே எங்கம்மா மீனாட்சியில்லை. "இதென்ன கூத்து!" என்று ஆச்சரியப்பட்டிருப்பாள்.

***

வெள்ளிக்கிழமை பூவும் பழங்களையும் எடுத்துக் கொண்டு சேஷாத்ரி தம்பதிகளைப் பாக்கப் போனோம்.

“நீங்க சில வருடங்களாக ‘டன்லப்’ கம்பெனியில் வேலை பார்க்கறீங்க போலிருக்கே?” என்றார் சேஷாத்ரி.

“ஆமாம்” என்றேன்.

ஏனோ “வெரி குட்!” என்றார், சம்பந்தமில்லாமல். அவர் மனைவி லக்ஷ்மி என்னை வெறித்துப் பார்த்தாள்.

“அரவிந்த் ‘மெடிக்கல்’ முடிக்க இன்னும் இரண்டு வருடங்கள் ஆகும். அதற்குப் பிறகு, ‘இன்டர்ன் ஆக இன்னொரு வருடமாகும். இப்படியே அவன் முழுச்சம்பளம் வாங்கும் நாள் தள்ளிக்கொண்டே போகலாம்” என்று நேரிடையாகவே பேச்சைத் தொடங்கினார் சங்கர்.

“சரிதான். அதெல்லாம் தெரிந்ததுதானே” என்றார் சேஷாத்ரி அசட்டையாக.

“என்னது! நான் ஒருத்தன் சொல்ல வரேன்” என்று தொடர்ந்த சங்கரின் குரலில் சூடேறியது. “இப்பொழுது அரவிந்தின் படிப்பை, பயிற்சியைக் கல்யாணம் என்னும் பெயரில் குலைப்பது ரொம்பத் தவறு. அவன் முழுமூச்சுடன் படிப்பில் கவனம் செலுத்த வேண்டும், மேலும் வயதிலும் சின்னவன், இப்போது அவனுக்குக் கல்யாணம் அவசிய மில்லை.”

“அவசியமில்லை என்பதை நீங்க சொல்லிட்டா ஆச்சா?” என்று குறுக்கிட்ட லக்ஷ்மியைப் பார்த்துச் சங்கரின் முகம் இன்னும் சிவந்தது.

“நாங்க அவன் பெற்றோர்கள் சொல்லாமல் வேறு யார் சொல்லப் போகிறார்கள்?” என்றார் சங்கர், சற்றே உரக்க.

“குழந்தைகளின் சந்தோஷம்தான் முக்கியம்”, என்றாள் லக்ஷ்மி.

“இதோ பாருங்க, மிஸஸ் சேஷாத்ரி. அரவிந்த் இப்போது ஒரு மாணவன். அவனுக்குச் சில வருடங்கள் அவகாசம் கொடுக்க விரும்புகிறோம். இதற்கிடையில் நீங்கள் கிரிஜாவை யும் மேலே படிக்க வைக்கலாம். இப்போ என்ன படிக்கிறாள், பி.ஏ.வா?” என்றார் சங்கர்.

"ஆமாம்" என்ற லக்ஷ்மியிடம்,

"எங்கே கிரிஜாவைக் காணோம்?" என்று கேட்டேன்.

"அவள் சிநேகிதிகளுடன் சினிமா பார்க்கப் போயிருக்காள்" என்றாள் லக்ஷ்மி.

"என்னது!" இதைச் சொன்ன சங்கரின் முகம் பயங்கரமாக மாறியது.

"வா காயத்ரி. கிளம்புவோம்!" என்று விருட்டென்று எழுந்தார். ஒரு சலனமுமில்லாமல் சேஷாத்திரி தம்பதியர் எங்களுடன் எழுந்து முன்வாயில்வரை வந்தனர்.

"அப்ப, கல்யாணம் எப்ப வைத்துப்போம்?" என்றார் சேஷாத்திரி.

"எங்க அரவிந்த் தன் காலில் நின்று சம்பாதிக்கும்போது" என்றார் சங்கர், சீற்றத்துடன்.

"அரவிந்திற்கு என்ன குறைச்சல்? ஒரே பையன். உங்க வீட்டோட இருப்பான். மேலும் நீங்க இரண்டு பேரும் சம்பாதிக்கறீங்க" என்றாள் லக்ஷ்மி.

"உங்க கிரிஜாவைப் பற்றி என்ன திட்டமிட்டிருக்கீங்க?" என்று பாய்ந்தார் சங்கர். "பி.ஏ. முடிந்தபின் என்ன செய்வாள்?" என்றார்.

"பி.ஏ. முடிந்தபின் கல்யாணம்! வேறென்ன வேண்டும் ஒரு பெண்ணுக்கு?" என்றார் சேஷாத்திரி. நாங்கள் மலைத்துப் போனோம்! அன்று இரவு கிரிஜாவின் விசித்திரமான பெற்றோர்களைப் பற்றி அரவிந்திடம் பேசி விவாதித்தோம்.

"அப்படியா பேசினார்கள்? நிஜமாகக் கிரிஜா உங்களுக்காகக் காத்திராமல் வெளியே போனாளா?" என்பதற்குமேல் ஒன்றும் சொல்லத் தெரியாமல் 'திருதிரு' வென விழித்தான் அரவிந்த். இத்தனை மும்முரமாய்ப் படிப்பில் ஈடுபட்டிருக்கும் இவன், இன்னும் சகல விஷயங்களையும் தெரிந்து கொள்ள வேண்டுமே என்ற பெருந்தாகம் கொண்ட இந்தப் பிள்ளைக்கு ஈடாக இல்லையே கிரிஜா? இந்தக் காலத்து இளைஞர்கள் கடுஞ்சீற்றத்துடன் தங்கள், தங்கள் தனித்துறையில் பயிற்சியும் கல்வியும் பெற்றுத் தேர்ச்சியடைய முனையும் இவர்கள் நடுவே, இந்தப் பெண் கிரிஜா, தனக்கென்று ஒரு குறிக்கோளு மில்லாமல், பிடிப்பில்லாமல் ஒரு மந்த நிலையில் இருந்திருக் கிறாளே? இவள் படிக்கும் இந்தச் சாதாரண, ஆழமில்லாத பி.ஏ. எதற்கும் பிரயோஜனமில்லாதது. அவள்தான் சின்னவள்,

134 ஆத்துக்குப் போகணும்

தனது எதிர்காலத்தைப்பற்றி ஒரு நோக்கமுமின்றி இருக்கிறாள் என்றால், அவள் பெற்றோர்களும் ஒன்றையும் புகட்டக் காணோம்..? 'கல்யாணம், வேறென்ன வேண்டும் ஒரு பெண்ணுக்கு?' என்று தயங்காமல் சொல்கிறார்களே, இந்தக் காலத்தில்?

சட்! இது என்ன உபயோகமில்லாத வாதம்? இதில் தத்துவரீதியாக இருக்கும் சில முரண்பாடுகள் இருபக்கமும் மோத, நான் என்னுடனேயே சண்டை போடுவதைப் போல உணர்ந்தேன். மறுபடியும் விபரீதமாகக் கற்பனை செய்யக் கூடாது, கிரிஜாவைத் தேர்ந்தெடுப்பது அரவிந்தின் சொந்த விஷயம். அவன் இஷ்டம். இதில் சங்கரும் நானும் தலை யிடுவது சரியல்ல. எதையும் தீர்மானமாக எப்படிச் சொல்ல முடியும்? ஒருவேளை அவர்கள் இருவரும் தங்களைச் சுற்றி ஒரு அழகான வீடு என்ற பிரபஞ்சத்தை அமைத்துக் கொள்வார்களோ என்னவோ?

8

அன்று புதன் மாலை. எழுத்தாளர்களும் வெவ்வேறு கலைஞர்களும் இன்னும் வேறு சில துறைகளில் சிறப்பு வாய்ந்தவர்களுமாக, அஸ்ஃப் அலி ரோட்டில் கும்பலாகக் கூடப் போகிறார்கள். இப்போது நம் நாட்டில் 'பொதுஜன ஐக்கியம்' என்ற தேவைக்கு ஒரு அவசர நிலைமை வந்தது போலும். அதை வெறும் அறிவளவில் மட்டும் சிந்தித்தால் போதாது என்று விவாதிக்கப் போகிறது இந்தக் கும்பல். கட்டாயம் வரவேண்டும் என்று எங்களுக்கு அழைப்பு வந்திருந்தது.

"நேரமாச்சு சங்கர், கிளம்புங்கோ" என்று துரிதப்படுத்தினேன்.

"இதோ, நான் தயார்" என்ற சங்கர், திடீரென்று சிரித்தார்;

"ஆனால் ஒன்று மட்டும் சொல். அந்த மாதிரி கும்பலில் சிறபக் கலைஞனுமில்லாத, எழுத்தாளருமில்லாத நம்ப இரண்டு பேருக்கும் என்ன வேலை?" என்றார். எனக்கும் சிரிப்பு வந்தது.

"அதுதான், வேறு என்ன சொல்வதென்று தெரியாமல் நம்மை அறிவுஜீவிகள்' *(intellectuals)* என்ற தளர்ந்த, தெளிவற்ற ஒரு பிரிவில் போட்டிருக்கிறார்கள்" என்றேன். சங்கர் இதற்கு இன்னும் பெரிதாகச் சிரித்தார்.

"ஹா, அறிவுஜீவிகளா? போயும் போயும் நாம்ப? ஆமாம் காயத்ரி, அது என்ன வார்த்தை, 'அறிவு ஜீவிகள்' என்று? அதைச் சொன்ன மட்டில் ஏதோ, வேலை வெட்டியில்லாமல், குருட்டு யோசனைகளைப் பின்னும் சோம்பேறிகளைக் குறிப்பதுபோல இல்லை?

உண்மையில் நம்மைப் போன்றவர்கள், ஆயிரக்கணக்கான உழைக்கும் மத்தியவர்க்கப் பாமரத் தொழிலாளிகளின் இரண்டு சராசரி வியக்திகள்!" என்றார். இந்த வார்த்தையை நான் முற்றிலும் ஆமோதித்தேன்.

"சங்கர். சமீபத்தில் குறிப்பாகச் சீனா போன்ற கம்யூனிஸ்ட் ஆட்சிகள் இருக்கும் தேசங்களில், அறிவு ஜீவிகள் என்ற கூற்றே ஏளனமும் அசிங்கத்தைக் குறிக்கும் ஒன்றாகவும் வர்ணம் பூண்டுவிட்டது. ஆனால் இந்தியாவில் இந்த வார்த்தையை இன்னும் உபயோகிக்கிறோம். ஏதோ ஒரு வசதிக்காகச் செய்த பிரிவினை" என்றேன்.

"சரி வா, என் சக அறிவுஜீவியே! வகுப்பு ஒற்றுமை, சாதி ஒற்றுமை என்பதற்கு என்ன செய்யப் போகிறார்கள் என்பதையும் பார்ப்போம்" என்றார் சங்கர்.

நாங்கள் போவதற்குள் கும்பல் கூடிவிட்டது. ஒரு சம்பிரதாய முறைப்பில்லாமல், நிகழ்ச்சி சரளமாகத் தொடங்கியது. ஒவ்வொன்றாக விவாதங்கள் இழைந்தோடின. கும்பலில் ஆங்காங்கே பரிச்சயமான தலைகள் தெரிந்தன. ஷீலா, ராஜகோபாலன், ரமா, மணி, ஜோஷி, இன்னும் சிலர்... எனக்கு அறிமுகமாகாத யாரோ ஒரு அம்மா, கதர்ப் புடவை கட்டியிருந்தாள். இவள் ஒரு எம்.எல்.ஏ.வோ?

"ஒற்றுமை என்னும் தலைப்பில் அகில இந்திய மாநாடு ஒன்றை ஏற்பாடு செய்வோம்" என்றாள்.

இதற்குக் குளுமையாக, ஆனால் உறுதியான எதிர்ப்பு வந்தது, ராஜகோபாலனிடமிருந்து.

"உபயோகமில்லாத வேலை. மாநாட்டைக் கூட்டி நாம்ப இன்றுவரை ஒன்றையுமே சாதித்தது கிடையாது. எதையாவது முதன்முறை மிதக்கவிட ஒரு ஆடம்பர ஆரம்பத்திற்குத்தான் மாநாடு லாயக்கு. மற்றபடி இதில் இலவசச் சாப்பாட்டிற்கும் இலவசப் பிரயாணத்திற்கும் கூடும் கும்பல்தான் அதிகம்" என்று அவர் சொன்னவுடன், "பெண் வர்க்கத்திற்கே மானிட அந்தஸ்துகூடத் தராமல் இம்சிக்கும் இந்தச் சமூகம், சாதி ஒற்றுமையில் வெற்றி காணப் போகிறதாக்கும்?" என்றாள் மது கபூர், கனமான ஏளனத்துடன். 'வரதட்சணைக் கொலைகளை' ஒட்டி அமைத்த சட்ட நிர்வாகக் குழுவிற்காக நிறைய தொண்டு செய்த பிரபல வக்கீல் திருமதி கபூர்.

"பெண்களை இம்சிக்கும் பழக்கப்பட்டுப் போன பாவகரமான செயல் ஒரு பக்கம் இருக்கட்டும். அதை இத்துடன் குழப்பிக்கொள்ள வேண்டாம் என்றே நினைக்கிறேன்" என்றார் விமல் வர்மா வலுவாக. அவர் ஒரு ஹிந்தி எழுத்தாளர்.

“நான் மிஷ்ராஜியை என்ன கேட்க விரும்புகிறேன் என்றால், இப்பொழுது, அதாவது 1985இலிருந்து எல்லாக் கலை மற்றும் இலக்கியப் படைப்புகளிலே, பெரும்பாலாக ‘பொது ஜன ஐக்கியம்’ என்ற சங்கேதம் விவரிக்கத் தொடங்கினதால், அதில் ஒரு செயற்கையான பிரயாசை புகுந்து கொள்ளலாம். அதனால் இலக்கியத் தரம் குறைந்து, ஒரு ‘புராபகேண்டா’ லிட்டரேச்சராக நிறம் மாறக்கூடும்” என்று முடித்தார் வர்மா.

“ஆமாம், விளம்பரப் பிரசாரமாயிடும்”என்று பல குரல்கள் ஆமோதித்தன.

“கரெக்ட்!”என்றாள் ரமா. “சில கம்யூனிஸ்ட் இலக்கியம் என்று சொல்லப்படும் படைப்புகளில் நாம் கவனிக்கும் முரட்டுப் பசையும் அவர்கள் கையாண்ட் பிரெயின்வாஷ் டெக்னிக்கையும் உதாரணமாக எடுத்துக்கொள்ளலாம்” என்றாள்.

“ரமாஜியின் எச்சரிக்கையை நான் ஓரளவு ஆதரிக்கிறேன்” என்று வலது கையை உயர்த்திச் சொன்னாள் டாக்டர் சுமித்ரா தாஸ், ஒரு பிரபலப் பெண்கள் பத்திரிகையின் ஆசிரியை.

“ஆனால் ஒன்று, கலைப் படைப்புகள் முதலில் நம் குடியரசு லட்சியங்களைப் பிரதிபலிக்கணும் என்பதில் இருமுகப் போக்குடைய உண்மையுள்ளது. ஒவ்வொருவனும் சுய சிந்தனையுடைய தனிப்பட்ட மனிதனாக இருந்த பின்னரும் இப்பேர்ப்பட்ட நிறைய மனிதர்களை ஒருங்கே ஈர்க்கும் ஒரு விசை இருக்குமே? அது விசை, ஆனால் ரமாஜி சொல்லும் பசையல்ல” என்றாள் டாக்டர் தாஸ்.

சபையில் கலகலவெனச் சிரிப்பு ஒலித்தது, “அமைதி! அமைதி!” என்று இரண்டு கைகளையும் உயரத் தூக்கிக் கத்தினார் மதுகர் பாண்டே. தொடர்ந்து,

“இந்தக் குழப்பங்களை அடக்க ஒரே ஒரு வழிதான் உண்டு. மதப் பேதம், இனப் பேதம் ஒழிய வேண்டுமென்றால், சமயச் சடங்குகளை, முக்கியமாக மத்திய வர்க்கம் அசட்டுத்தனமாக உணர்ச்சி வசப்படும் மத அம்சங்களை அகற்றணும்” என்றார் ஆவேசமாக. இதை அவரிடம் நான் ஓரளவு எதிர்பார்த்ததுதான். இடதுசாரியாக இருக்க விரும்பி, சிறிது காலம் மார்க்ஸியத்துடன் விளையாடி, சல்லாபித்தார் பாண்டே. இதற்கெல்லாம் முடிசூட்டும் ஒரு கட்டாயத் தேவைபோலக் கட்டை பிரம்மச்சரியத்தையும் பூண்டு, அத்துடன் ‘நாஸ்திகம்’ என்னும் போர்வையையும் சேர்த்துப் போர்த்திக் கொண்டார்.

எப்பொழுதும் பேச்சில் ஒரு சலிப்பூட்டுகிற வெறி. இப்பொழுது பாண்டேக்கு பலமான எதிர்ப்பு கிடைத்தது.

"அட என்ன சார் இது? 'ஸெக்யூலரிஸம்' என்ற சாக்கில் இப்படிப் பலஹீனமாக எல்லோருடைய மதத்தையும் ஒழித்துக் கட்ட வேண்டும் என்ற முரட்டுக் குறுக்கு வழியைக் காட்டறீங்க? புத்திசாலித்தனமாக வெவ்வேறு மதங்களைக் கற்பனையுடன் இணைக்க வழிதேடுவதை விட்டுட்டு ..." என்று ஒரு பெரியவர் கத்தினார். கூடவே,

"ஆமாம். வழிவழியாக வந்த நமது கலாச்சாரத்தை அழிப்பதாவது?" என்றார் இன்னொருவர் கோபமாக. நடுவில் இரண்டு பேர் எல்லோருக்கும் தேநீர் வழங்கினார்கள். தேநீரால் லேசாக ஒரு இடைவெளியின் சூழ்நிலை நிலவியது. கூட்டம் சின்ன, கும்பலாகப் பிரிந்தது.

"என்னம்மா காயத்ரி, ரொம்ப நாளாச்சு பார்த்து" என்று நெருங்கினார் ராஜகோபாலன்.

"என்ன சொல்வேன் மாமா ... போறது விடுங்கோ. உங்களை இங்கேயாவது சந்திக்க முடிந்ததே" என்றேன்.

"என்னமோ யதேச்சையாகத்தான் நானும் வந்தேன்" என்று சிரித்தார். "நானும் ஒரு அறிவுஜீவியாமே? இதுதான் முதன்முறை இந்த மரியாதை எனக்குக் கிடைத்தது. பயன்படுத்திக்கலாம் என்று வந்தேன். அதுசரி, அரவிந்தின் படிப்பெல்லாம் எப்படிப் போகிறது?"

"நன்றாகத்தான் சமாளித்துக்கொண்டு வரான்" என்றேன்.

"அவன் கல்யாணத்தைப் பற்றி என்ன முடிவு செய்தீங்க?"

"இன்னும் இரண்டு வருடங்களாவது போகட்டும் என்று நினைத்தோம்."

"அதற்கு அவன் சம்மதிச்சானா?"

"சம்மதிக்காமல்? ஓயாமல் படித்துண்டு இன்ஸ்டிட்யூட்டே கதியாக் கிடக்கிறானே?" என்றேன்.

"பின்னே இது என்ன?" என்று இழுத்தவரை திடுக்கிட்டுப் பார்த்தேன்.

"என்ன மாமா?"

"காயத்ரி ..." என்று ஆரம்பித்தவர் "இங்கே ஒரே கூட்டம். வா, அப்படி அந்த வராந்தாவிற்குப் போவோம்" என்றார். ராஜகோபாலனைப் பார்த்து எனக்குக் குபீர் என்றது, பேசாமல் அவரைத் தொடர்ந்தேன்.

"என்னது மாமா, சொல்லுங்க!"

"காயத்ரி, திரும்பவும் ஆழமாக யோசித்து ஏதாவது செய்யுங்க. அரவிந்த் அடிக்கடி அந்தப் பெண்ணைச் சந்திக் கிறானாம், அவள் பெற்றோர்களிடம் மணிக்கணக்காய் உட்கார்ந்து கும்மாளமடிக்கிறானாம்" என்றார் ராஜகோபாலன்.

"மாமா, இதெல்லாம் என்ன? உங்களுக்கு யார் சொன்னார்?"

"தெரிந்தவர்கள்" என்றார் சுருக்கமாக.

"அரவிந்த் எத்தனை ஸ்மார்ட் பையன். ஆனால் இந்த விஷயத்தில் அவனுக்கு ஏதோ ஒரு 'மெண்டல் பிளாக்' இருக்கிறாப்போலத் தோன்றுகிறது. எதற்கும் சங்கரின் ஆலோசனைகளைக் கேட்டுச் சீக்கிரமா ஒரு முடிவெடு. எல்லாம் நன்றாக நடக்கும்" என்றார், வழக்கமான குளுமை யான புன்னகையுடன்.

***

கிரிஜாவைச் சந்தித்து, அவள் பெற்றோர்கள் வீட்டில் மணிக்கணக்காய்க் கும்மாளமிட்டு . . .? ஆனாலும் இதில் ஒன்றுமே எனக்குத் தப்பாகப் படவில்லை, அரவிந்திற்கு ஒரு பெண்ணை மனசாரப் பிடித்துவிட்டது, பழங்காலச் சம்பிரதாயங்களுக்கு அப்பாற்பட்டவனாய் அவன் சற்றுச் சகஜபாவத்துடன் அவர்களுடன் பழகறான். எந்த ஆரோக்கிய மான இளம் பையனும் இப்படித்தான் நடந்துகொள்வான். பின்னே என்ன ஏதோ ஒன்று உள்ளூர முள்போல நெருடுகிறது? ஆ, எனக்குப் பொய் சொல்லும் மகன்!

அன்று, வாக்குறுதி அளிப்பதுபோலச் சங்கரை நேருக்கு நேர் பார்த்தபடிச் சொன்னானே, 'படிப்பில் முழுக்கவனம் செலுத்துவேன், வேற எந்த எண்ணங்களுக்கும் இப்போது இடம் தர மாட்டேன்' என்றானே? உண்மை என்ன வென்றால், படிப்பு விஷயத்தில் அரவிந்தை ஒரு குற்றமும் சொல்ல முடியாதவாறு, 'டாப்'பாக முதல்வனாக விளங்கினான். சிரித்தபடியே ஒரு நாள் சங்கரிடம் கேட்டான்: "அப்பா, முதல் பதவிக்கும் மீறி எந்த உச்சியைப் பிடிப்பது, நீங்களே சொல்லுங்கள்" என்று தடுமாற்றமில்லாத, இளமையின் ஒரு லாவகமான மிடுக்குடன் சொன்னதை அன்று நான் ஒரு பதைபதைப்புடன் ரசித்தேன். நெடுநெடுவென அவன் உயரமும் கூர்மையான மூக்கு நுனியும் அந்த அகலமான நெற்றியின் இளம் கம்பீரமும் எல்லாமே திரட்டியடித்துக் கொண்டு என்னைத் தாக்கின. அன்றும் சங்கர் அவனுக்கு

விளக்கினார்: "அரவிந்த், நீ இன்னும் மாணவன். மேலும் மருத்துவப் பயணம் நீண்டது. 'இன்டர்ன் ஆக வேலை பார்த்து, ஸ்திரமான ஒரு வேலைக் கிடைத்தப் பிறகுதான் ஒரு நிலையான படிமானம் வரமுடியும். நீ குடும்பப் பொறுப்பு களை ஏற்றுக்கொள்ள இன்னும் இரண்டு வருடங்களில்லாமல் முடியாது" என்றார்.

"அப்பா, அம்மா, நீங்க இந்த விஷயத்தை இப்போதைக்கு ஒத்திப்போடுவதை நானும் மதிக்கிறேன். நான் கிரிஜாவை இன்னும் சில மாதங்களுக்குச் சந்திக்கப் போவதில்லை. எனக்கு என் பரீட்சை யோசனை தவிர வேறு ஒன்றிலுமே மனது செல்லாதுமா" என்றான் என்னைப் பார்த்து, ஒரு நெஞ்சை யள்ளும் புன்னகையுடன்!

இன்று ...? சரியாக நடந்துகொள்ளத் தெரியாத சேஷாத்ரி தம்பதியர்களுடன், வறண்ட கர்வமும், நம்ப முடியா எல்லையைத் தொடும் அவர்களின் அநாகரிகமும் ... இவை யெல்லாம் எப்படி அவன் கண்ணுக்குப் படாமல் போகிறது? இதற்கும்மேல் எங்களிடம் பொய் வேறு சொல்லி மழுப்பி னான்? ராஜகோபாலன் அன்று ஊகித்தது சரிதான். அரவிந்திற்கு மனத்தை அடைக்கும் ஒரு 'மென்டல் ப்ளாக்' ஏற்பட்டுவிட்டது. அது அவனைக் குருடனாக்கிவிட்டது.

எதுவாக இருந்தாலும் அவன் சந்தோஷம்தான் முக்கியம். எங்க எண்ணங்களின் பாதிப்பில்லாமல் அவன் நாடியைப் பிடித்துப் பார்ப்போம். இளம் டாக்டரான அவன் நாடி எதை நாடுகிறது என்பதைத் தெரிந்துகொள்வோம்.

9

இந்தச் சின்ன அறைகளுக்குள் வேலைகளைக் கவனிக்க வேண்டுமென்றால், கைகளையும் கால்களையும் ஒடுக்கிக்கொண்டு, படு ஜாக்கிரதையாக நடக்க வேண்டியிருந்தது. இல்லையென்றால் சங்கரின் மீதும் சாமான்கள் மீதும் முட்டிக்கொண்டு, மோதிக்கொள்ள நேரலாம். இந்தச் சின்ன அறைக்குள்ளேயே வெந்து தணியணும் எங்களுடைய சின்ன, பெரிய பிரச்சினைகள். இதேபோலத்தான், அடுத்த அறையிலும் இடம் பற்றாமல் தங்கள் இருவரையும் குறுக்கிக்கொண்டு வளைய வருகிறார்கள் இந்த இளம் புதுமணத் தம்பதிகளான அரவிந்தும் கிரிஜாவும்.

குடுகுடுவென அவசரப்பட்டுக் கல்யாணம் பண்ணிக்கொண்ட அரவிந்திற்கு இன்னும் 'ஸ்டூடண்ட்' கோலம் கலையவில்லை. அவர்களின் சின்ன அறையின் ஒரு ஓரத்தில் அவன் படிக்கும் நாற்காலி. மேஜையின் மீது வழியும் புத்தகங்கள், தாள்கள், நோட்டுகள். நள்ளிரவு வரையிலும் படிக்கும் அவன் கண்களின் எரிச்சலுடன் உடனிருந்து எரியும் மேஜை விளக்கு. எங்க நால்வருக்கும் காற்றாட மூச்சுவிட வேண்டும் என்றால் வரவேற்பறையில் கூடுவோம். அது இப்போது ஒரு பொது இடமாகப் போச்சு. அங்கேயும் அதிகம் வராமல் அறைக்குள்ளேயே முடங்கி, படிப்பில் மூழ்கிக் கிடப்பான் அரவிந்த். பாவம், முழுச் செறிவுடன் கவனத்தைச் செலுத்தும் அவனைக் குலைக்காமல் ஒரு 'வீடு' போலச் சூழ்நிலையாவது குறைந்த பட்சம் அமைக்க அவனைச் சுற்றி இயங்க வேண்டியிருக்கே? படிப்பதற்கான சூழ்நிலை கெட்டுவிடக் கூடாதே என்றுதான் பயந்து அவன் தனிக்குடித்தனம் போக மறுத்துவிட்டானா?

எத்தனை அதிர்ச்சியடைந்தோம்! ஒரு இளம் பெண்ணிடம் இப்படியொரு குணமிருக்குமோ, இன்னதென்று விவரிக்க முடியாதபடி ...? இதைப் பற்றி எங்களுக்குத் தெரிய நியாயம் இல்லாமல் போனாலும் அரவிந்திற்கும் ஒரு ஊகம் இருந் திருக்கலாம். அதுதான் அன்று ஒரேயடியாகத் தனியாகப் போகும் எண்ணத்தையே மறுத்து விட்டானோ? முதலில் –

“எனக்குக் கட்டாதுமா. நான் வாடகைப் பணத்திற்கு எங்கே போவேன்?” என்றான்.

“அதற்கென்ன? உனக்கு வேலை கிடைக்கும் வரை நாங்கள் உன் வீட்டு வாடகையைத் தரோமே. சுதந்திரமா சந்தோஷமா நீயும், கிரிஜாவும் உங்க இஷ்டம்போல இருங்க” என்றேன்.

“வேண்டாம் அம்மா, ஏன் நாங்க இருந்தா உங்களுக்குக் கஷ்டமா? முன்போலவே இங்கே இருக்கேனே அம்மா. இடம் மாற்றினால் எனக்குப் பரீட்சையில் தேற முடியாது. மனம் கலைந்து போகும்” என்ற அவன் கெஞ்சும் பாவனை எங்களை நெகிழவைத்தது. பாசத்தால் பரவசமாகித் தாராளமாக முன் போலவே எங்களுடன் இருடா கண்ணா என்றோம். அவன் மட்டும் கிரிஜாவுடன் தனியே ஒரு ஃப்ளாட்டில் இருந்தால், அந்தச் சின்ன சம்சாரம் எதில் இயங்கியிருக்கும்?

கிரிஜா ... கிரிஜாவைச் சுற்றி எப்பவும் போல இயல்பாகச் சுழலும் பூமியே ஒரு நாள் ஸ்தம்பித்து நின்றுவிடுமோ என்று அச்சமூட்டும்படி ஒரு நாள் பூரா அடித்துப் போட்டாற்போல அசைவற்று மந்தமாக இருக்கும் விநோதமான இளம் பெண். ஆச்சரியத்திலும் ஆச்சரியம்! இந்தக் காலத்திலும் ரொம்ப வுமே வேகமாக விரைந்து செல்லும் இந்த விஞ்ஞான யுகத்தி லும் இப்படியொரு உயிரற்ற முசிவு! ஆனால் இந்தக் கேள்வி எழுப்பிய உடனேயே அதற்கு ஏதாவது சமாதானமாகப் பதில் கொடுத்துக் கொள்ளலாம் என்பது போல என் நினைவுத்தளத்தைத் தட்டிவிட்டுக்கொண்டு, துளைத்துப் பார்ப்பேன். கிரிஜா இயற்கைக்கு விரோதமான ஒரு ‘அப் நார்மல்’ கேஸோ? அவளைப் போல ஓரிரண்டு பேரை நான் பார்த்ததுண்டு. ஆனால் பெரும்பாலும் தொழிலாளி வர்க்கமான மத்திய வர்க்கம் இந்த மந்தச் சொகுசை விரட்டி விட்டு, தெளிந்த மனோநிலையை வரவழைக்கும். இது எப்படி அரவிந்தின் வாழ்க்கையில் நேர்ந்தது?

இந்தக் கல்யாணம் நடந்து ஒரு வருடமாகப் போகிறது. பி.ஏ. பரீட்சையை மிகவும் சாதாரணமாக முடித்துக்கொண்ட கிரிஜாவை, அதற்கும் பிறகு அவள் மனது வேறு ஏதாவது

ஒன்றில் ஈடுபடும் என்று நினைத்தோம். படிப்பில் ஆழமான நாட்டமில்லாதவர்கள் இன்னும் கொஞ்சம் கூடுதலான சுறுசுறுப்புடன் கைவேலைகளில் இறங்குவதை நான் அடிக்கடி கவனித்திருக்கிறேன். ஆனால் கிரிஜாவின் மூளைதான் தூங்கியது என்றால், அவள் உடம்பையும் ஏதோ ஒன்று பாரிச வாயுபோல முடக்கிப்போட்டது. இது மிதமிஞ்சிய வார்த்தைதான். ஆனால் அதிர்ச்சியடைந்த கட்டம் போய், எங்களுக்குள் கவலை பற்றிக்கொண்டது. அவள் பெற்றோர் களை விசாரிக்கப் போனதில், இதை அவர்கள் சர்வசாதாரண மாய் ஏற்றுக் கொண்டார்கள். ஒரு தற்காப்பு உணர்ச்சி உந்த, எங்கள்மீது பாய வந்தார்கள் லஷ்மியும் சேஷாத்ரியும்:

"எங்க கிரிஜாவைச் சோம்பேறின்னு சொல்ல வந்தீங்களா?"

"அடடா! அப்படியெல்லாம் நெனச்சுக்காதீங்க, கிரிஜா எங்களுக்கும் பெண்தான். இத்தனை சின்ன வயதில் ஏனிப்படி எதிலும் உற்சாகமில்லாமல் இருக்கிறாள் என்று கவலைப் பட்டோம். இங்கே கல்யாணத்திற்கு முன் உங்க வீட்டிலும் கிரிஜா இப்படித்தான் சுரத்தில்லாமல் இருந்தாளோ அல்லது அவளுக்குத்தான் ஏதாவது எங்க ஃப்ளாட்டில் அசௌகரிய மாக இருக்கான்னு கேட்டேன்" என்றேன்.

இப்பொழுது தற்காப்புத் தாக்குதலாக மாறியது.

"சுரத்தில்லாமல் என்றால்? என்ன செய்ய வேண்டு மென்று சொல்றீங்க எங்க கிரிஜாவை? உங்க மாதிரி வெளியே ஆபீஸ் போய் வேலை செய்து நலுங்க வேண்டுமா? அதெல் லாம் அவளுக்கு ஒத்து வராது. நாங்க அவளை நாசூக்காக, செல்லமாக வளர்த்திருக்கோம்!" என்றாள் லஷ்மி பதிலுக்கு. அவளைப் பார்த்துச் சங்கர் சீறினார்:

"இதோ் பாருங்கோ, இப்ப யாரும் கிரிஜாவை வேலைக்குப் போகச் சொல்லவில்லை, காரணம் என்ன தெரியுமா? அவளுக்கு எங்கேயும் வேலை கிடைக்காது! இப்போது இந்தியாவில் நிலவும் இந்தக் கஷ்டமான உத்தியோக நிலைமையில், பெரிய படிப்பும் படித்து, தனித் துறையில் பயிற்சி பெற்றவர்களே பொருத்தமான வேலை கிடைக்காமல் திண்டாடும்போது, நீங்க என்னவென்றால் ஏதோ கனவுலகில் இருந்துகொண்டு விறைப்பாகப் பேசறீங்க? அபத்தமா இருக்கு!" என்று எழுந்தார் சங்கர்.

"அது சார்... புதுசா கல்யாணமான பெண் வேறென்ன செய்வாள்?" என்று சமாதானப்படுத்த வந்தார் சேஷாத்ரி.

“மிஸ்டர் சேஷாத்ரி. அவள் மேல் அக்கறை இருப்பதால் தான் உங்களிடம் பகிர்ந்துகொள்ள வந்தோம். ஆபீஸ் வேலை செய்ய வேண்டுமென்ற அவசியமே இல்லை. இப்படி வீட்டிலும் எதிலுமே ஆற்றலில்லாமல் சோர்வுடன் ஒரு இளம்பெண் இருக்கிறாளே என்றுதான் . . .” என்ற என்னை இடைமறித்து,

“கல்யாணம் பண்ணிக்கொண்ட பெண், கணவனுடன் சும்மா சம்சாரம் நடத்துவது சகஜம், சாதாரணம். இதில் என்ன தப்பு? என்று உரக்கப் பேசும் லஷ்மியின் முகத்தை ஒரு நிமிடம் பார்த்தேன். அதில் நிஜமாகவே ஏதோ ஒரு ஏமாற்றமோ குறையோ வெடித்தாற்போலப் பட்டது. இந்தக் காலத்தின் வேகத்திற்கு அபஸ்வரமாய் ஒரு ‘அப்நார்மல்’ வியக்தியைச் சிருஷ்டித்துவிட்ட இவளுக்குத் தன் மேலேயே கோபம் போலும் . . !

பாவம் இந்த அதிர்ச்சியை இவ்வளவு உயிர்த்துடிப்புள்ள அரவிந்த் எப்படித் தாங்கிக் கொள்கிறானோ? உள்ளூரப் புழுங்கி மடியறானோ? வீடு திரும்பும் வழியெல்லாம் சங்கர் படபடத்தார்.

“காயத்ரி, இது இப்ப சில சிறியவர்களையும், பெரியவர் களையும் ஆக்கிரமித்துக்கொண்ட ஒரு நவீன நோய்” என்றார்.

“எதிலும் அக்கறையில்லாமல், உற்சாகமற்று மழுங்கடிக்கும் இந்தச் சோர்வு இவர்களுக்கு ஒரு இயல்பான அலட்சியப் போக்கைத் தருகிறது” என்று பொரிந்தார்.

“ஏன் இப்படி . . .” என்ற என்னைப் பொறுமையின்றிக் குறுக்கிட்டார்.

“ஆமாம் காயத்ரி, நீயே வேண்டுமானாலும் பார். எதிலும் கருத்துப்பாடு இல்லாத இந்த உணர்ச்சியற்ற முசிவு, அதனால் விளையும் தொய்வு . . . இதையெல்லாம் வாழ்க்கையை ஒரு வகையில் தோற்கடிக்கச் சுலபமாகக் கையாண்ட வழி . . .” என்றார்.

“சங்கர்!”

“ஐ நோ! இதைப் பற்றி ரமாவிடம் விளக்கிப் பார், உடனே நறுக்கென்று புரிந்துகொள்வாள். தப்ப வழியின்றி நம்மை ‘செக் மேட்’ ஆகக் கட்டுப்படுத்தும் ‘ஸ்டேல் மேட்’ போல ஸ்தம்பித்த, ஒரு முடக்குவாத நிலை” என்றார்.

“இப்படியெல்லாம் பேசாதீங்க, எனக்குப் பயமாக இருக்கு” என்ற என்னைப் பொருட்படுத்தாமல் அன்று சங்கர் தொடர்ந்தார்:

"நீயே பார், இதை ரமா எப்படிக் கிரகித்துக் கொள்வாள் என்று. இந்த மாதிரி வியக்திகளை 'அப்நார்மல்' என்னும் பெயரில், இந்த உலகம் போகிற போக்கில் தட்டிக்கொடுத்துட்டு, மன்னித்துக் கொண்டே போகும், 'ஐயோ பாவம்' என்று. அவர்கள் இப்படியே அலட்டிக்கொள்ளாமல், வாழ்க்கையில் பங்குகொள்ளாமல் அதை அசைவற்று அசட்டை செய்வது... இதுவே அவர்களுடைய கடைசி வெற்றி!" என்றார்.

"சங்கர், ஒரு பக்கம் நவீன நோய் என்றும் பிறகு அதையே ரத்துசெய்வதுபோல ஏதோ சுதந்திரமாகக் கையாண்ட ஒரு சூழ்ச்சிபோலச் சொல்றேளே?"

"இதில் இரண்டும்தான் கலந்திருக்கிறது" என்று இப்போது சிரித்தார்.

வீடு திரும்பியவுடன் நினைவிற்கு வந்தது. அன்று இரவு ஒரு 'லேட் ஷோ'விற்கு அரவிந்த் கிரிஜாவை அழைத்துக் கொண்டு போயிருந்தான். அசதி கண்களை அழுத்த, சங்கர் தூங்கிப் போனார். ஏனோ எனக்கு மட்டும் தூக்கம் வரவில்லை. வரவேற்பறையின் பெரிய ஒற்றை ஜன்னலருகே நின்றேன். வெளியே பிஸ்கெட்டுகளைப் போலச் சின்னச் சின்ன, சதுரமான ஜன்னல்கள். எல்லாவற்றையும் விழிப்புடன் பார்த்து வரும் தூங்காத விழிகள். என்ன விந்தையிது? சுற்றிலும் கல்யாணம், புது உறவுகள், வீடு என்று அமைத்துக் கொடுத்த பின்னும், கிரிஜா மாதிரி பிடிப்பில்லாத, வேர் வைக்கத் தெரியாத ஒரு உயிர் இருக்கே, இங்கே? இன்னொரு பக்கம் "ஸுஷ்மிதா" என்ற பெயர் கொண்ட, பெரிய அழகான வீட்டில், அதற்கு உடைமையாகாமல், பேய்போல மிதந்து வரும் உயிர் இருக்கு, அங்கே! ஷோபா ...

அவளுடைய இரண்டாவது பெயரை என்னவென்று குறிப்பது? இன்றுவரை தனது கன்னிப் பெயரையும் தன் காதலனின் பெயரையும் மாற்றி, மாற்றி உபயோகித்துக்கொண்டு குழம்பித் தடுமாறுகிறாள். ரமாவால் எனக்கு அறிமுகமான இந்தப் பெண்ணை, ஆபீஸ் வேலையாகப் பூரி போனபோது சந்திச்சேன். ரமாவின் வர்ணனைகள் நினைவிற்கு வந்தன.

ஷோபா ...?

"அந்த பி.கே. தாஸ் என்பவர் அவளுக்கு விட்டு வைத்த பெரிய வீட்டில் ஷோபா ஒண்டியாக, கல்யாணமாகாத குடும்பத் தலைவியாக வளைய வருகிறாள், பேய்போல" என்றாள் ரமா.

"என்னது!"

“காயத்ரி, அவள் தன் தலைமீதே மண்ணை அள்ளிப் போட்டுக்கொள்ளும் பெண் வர்க்கத்தைச் சேர்ந்தவள். அவளுக்கென்று இந்த உறவால் கிடைத்ததெல்லாம், பழங் காலத்து ஆங்கில நடையில் சொல்லப் போனால், தாஸின் ‘மிஸ்டிரெஸ்’ என்ற சந்தேகபூர்வமான அந்தஸ்து.”

“அடப் பாவி!”

“தாஸைச் சொன்னால்? ஷோபா மாதிரி படித்த, அழகான வடிகட்டின முட்டாள்கள் கிடைத்தால் ஒருத்தனுக்கு வலிக்குமா என்ன?”

“மை காட்! இந்த மாதிரி ஏற்பாட்டிற்கு எப்படி இணங்கினாள்?”

“அதான் சொன்னேனே, அவள் ஒரு அழகான முட்டா ளென்று. விலாசம் தரேன், ஆபீஸ் வேலை முடிந்தவுடன் அவளைப் பார்த்துட்டு வா. கிவ் ஹர் மை லவ்!” என்றாள் ரமா.

ஒற்றை ஜன்னல் விரிந்து பெரிதாயிற்று, அகலமான சதுரத்தின் வழியே ஒரு பெரிய பங்களா. மிகப் பெரிய தோட்டத்தின் நடுவே, அடக்கமான பழங்கால அழகுடன் துலங்கும் ஒரு வீடு. வெளியே சலவைக் கல்லில் பொறிக்கப் பட்ட பெயர் “ஸுஷ்மிதா” பளபளத்தது. உள்ளே ஒரு அழகான பெண் பேய் சுற்றி சுற்றி வருகிறாள். அவளுக்கு அந்த வீடு சொந்தமில்லை, அவளும் அந்த வீட்டைச் சேர்ந்தவளல்ல.

“ஸுஷ்மிதா.” அதற்குள் ரமா சொல்வது போலக் காலம் மெல்லக் கறையான் அரிக்க, ஷோபா என்ற ஒரு உயிர் அழிந்து போய்க்கொண்டிருந்தது. அந்த வீட்டின் பெரிய இரும்புக் கேட்டை நான் தொட்ட உடனேயே, சூட்சுமமாய் எங்கிருந்தோ ஓசைகேட்டு ஒரு நாய் குரைக்கத் தொடங்கியது. கூடவே,

“குவையட் ஸன்னி, குவையட்!” என்ற மென்மையான பெண் குரல் கேட்டது. அவள்தான் ஷோபா. குளுமையான கவர்ச்சி, அழகான புன்னகை. இவற்றின் மீது துயரம் ஒரு மெல்லிய போர்வையைப் போர்த்தினாற்போல இருந்தது.

எந்தெந்த வீட்டின் கதவையெல்லாம் தட்டப்போக, கடைசியில் அது திறந்துகொண்ட மட்டில், உள்ளே ஒரு உலகத்தையே காண்கிறோம்!

“ஸுஷ்மிதா”

அந்த வீட்டின் கேட்டின் அருகே நின்று அவள் கைகூப்பிப் புன்னகைத்தாள்.

"நீங்கதானே காயத்ரி? வாருங்கள்" என்றாள். கூடவே குரைத்துக்கொண்டுவரும் நாயைப் பார்த்தேன்; பளபளவென வெளுத்த பழுப்பு நிறமுள்ள நல்ல ஜாதி 'லேப்ரிடார்' கொழு கொழுவென அதன் உடலைத் தட்டியபடி:

"ஐ ஆம் ஷோபா. உங்களைப் பற்றி ரமா நிறைய சொன்னாள். அதனால்தானோ என்னவோ, உங்களைப் பார்த்தவுடனேயே எனக்கு நிறைய நாள் பரிச்சயமானது போலத் தோன்றியது" என்றாள். முத்துச்சிப்பி போன்ற அவள் கண் இமைகளில் கப்பிக்கிடந்த தனிமை என் மனத்தைத் தொட்டது, அந்தப் பெரிய தோட்டத்தைக் கடந்து வீட்டை அடைந்தோம். கொஞ்சம் தள்ளியிருக்கும் கடலிலிருந்து லேசான மீன்வாடை மிதந்து வந்தது. உள்ளே வீடு பிரம்மாண்ட மாக விரிந்துகிடந்தது. சில நிமிடங்கள் வரவேற்பறையில் உட்கார்ந்திருந்தோம்.

"பூரிகூட ரொம்பப் புழுக்கமாக இருக்கே?" என்றேன்.

"ஆமாம். ஆ! உங்களுக்குக் குளிர்ந்த தண்ணீர் கூடக் கொடுக்க மறந்துவிட்டேன். ஸாரி!" என்று எழுந்தவள், "வாங்க, உள்ளே வாங்க" என்றாள். அவளைத் தொடர்ந்து சாப்பாட்டு அறைக்குப் போனேன். நீண்ட சதுரமான தேக்கு மரச் சாப்பாட்டு மேஜையைச் சுற்றிச் செதுக்கு வேலை செய்த நாற்காலிகள் வெறிச்சோடிக்கிடந்தன. ஓரத்தில் தேநீர் செட்டைத் தாங்கி நின்ற சக்கர டிராலி. அதன் பக்கத்தில் மிகப் பெரிய வெளிநாட்டு ஃப்ரிஜ் 'வெஸ்டிங்க் ஹவுஸ்' உயரமாக நின்றது. ஃப்ரிஜ்ஜின் கதவை ஷோபா திறந்தவுடன், சட்டென்று அதனுடைய பிரகாசமான உட்புறம் பளீரென்று என்னைப் பலமாகத் தாக்கியது. தட்டுத் தட்டாக, காலியாக இருந்த அதன் வெறுமை வாயைப் பிளந்தது. ஒரே ஒரு படித்தட்டின் மீது ஒரு சின்ன ஐம்பது கிராம் வெண்ணெயின் சிறு துண்டும் வெட்டிய ஒரு சின்ன மாமிசத் துண்டு பக்கத்தில் ஒரு ஆப்பிளும் தனித்து இருந்தன. ஃப்ரிஜ்ஜின் பிரகாசமான சூனியம் எனக்குக் கண்கூசியது. அந்த ஒளிமயமான சூனியத்தை மூடினாள் ஷோபா. தண்ணீர் 'ஜில்லென்று' தொண்டைக்குள் இறங்கியது. மீண்டும் வரவேற்பறையில் உட்கார்ந்துகொண்டோம். ஸன்னி குதிபோட்டுண்டு ஓடி வந்து, அவள் மடியில் முகத்தைப் புதைத்துக்கொண்டது. அதைத் தடவிக் கொடுத்தபடி:

"இதோ, இந்த ஸன்னிதான் எனக்குக் கிடைத்த ஸன், பையன்!"என்றாள், வரட்சியான சிரிப்புடன்.

"இந்த வீடு நல்ல வசதியாக, அழகாக இருக்கே!" என்றேன், பேச்சை வேறு திசையில் திருப்ப.

“ஆமாம் காயத்ரி, இதில் சுற்றிச் சுற்றி வளைய வந்து, செஞ்ச மகாப் பிழைகளைத் தியானித்து வருந்த வசதியான வீடுதான். பிழைகளைப் பொல்லாத பாவங்களாய்ப் பெரிதுபடுத்திப் பூதாகரமாகக் காட்டும் வீடு” என்று சிரித்தாள் ஷோபா. என்ன ஆரோக்கியமற்ற சிரிப்பு! திடீரென்று அந்த வீடே காலியாக, நிர்வாணமாய் நிற்பது போலவும், அதன் நடுப்பகுதியிலிருந்து “ஹோ” வென்ற ஓசை எழும்புவது போலவும் உணர்ந்தேன். இந்தப் பிரமைக்கு அண்மையில் இருக்கும் கடலுக்கும் பங்கு உண்டு என்பதையும் அறிவுறுத் தியது மனம்.

“ஷோபா, வெளியே கடற்கரையில் சற்று உலாவிவிட்டு வருவோமா?” என்றேன்.

“குட் ஐடியா” என்று கிளம்பினாள். வெளியே மாலையின் ஆழ்கடல் பேரிரைச்சலுடன் ஆக்ரோஷமாகப் பொங்கிக் கொண்டிருந்தது. அடித்தளத்திலிருந்து ஏதோ ஒரு விசை, அயராமல் இயன்று, அலைகளை மேலே, மேலே தூக்கி யடித்தது, கடல் பூரா விம்மி எழும்பியது. வாழ்க்கையின் பொருளடக்கத்தையே தேக்கி, வியாபித்து நின்றது கடல். அலைகள் கரையில் மோதி, வெளேரென்று உப்பு நுரையில் கொப்பளித்து நுரைத்து, ஈர மணற்பரப்பில் வரிவரியாக இழைத்த படிவங்களை ஆக்குவதும் பிறகு அலம்பி அழிப்பதுமாக . . . சளைக்காமல் ஒரு தாளம் . . . ஆக்குவது . . . அழிப்பது . . . பார்ப்போரைத் தன்வயப்படுத்தி, கண்கள் அதில் சிக்குண்டு போனாற்போல, இயற்கையின் மர்ம லயம் . . .

ஆழ்கடல். பெரிய வீடு. எல்லாமே சுருங்கிச் சின்னதொரு ஒற்றை ஜன்னலாயிற்று. அங்கிருந்து நகர்ந்து மீண்டும் படுக்கை யறைக்குப் போனேன். குழந்தை மாதிரி தூங்கும் சங்கரைப் பார்த்துக் கொஞ்சம் பொறாமை புகைந்தது; சின்ன டயரியை மேஜைமீது வைத்து, முந்தின நாள் நான் எழுதிய தாளைப் பிரித்துப் படித்தேன்:

“அன்புள்ள டயரி,

சில நாட்களாக நான் உன்னுடன் விஷயங்களைப் பகிர்ந்துகொண்டு, எழுதிக் கொண்டு வருகிறேன். இது ஒரு ஆரம்பம், ஒரு முயற்சி. இதில் நீயும் நானும் சினேகிதர் களாகப் போகிறோம். என்ன, கேட்டாயா? இந்த நம் புதிய தொடர்பு நீடிப்பதற்கு நல்வாழ்த்துக்கள். இனிமேல் உன்னைத்தான் நான் நம்பப் போகிறேன். சொல்லப்போனால், எனக்கும் மேல் உன்னைத்தான்

நம்பி, என் ரகசியங்களை உன்மீது இறக்கிவைக்கப் போகிறேன். ஒரு புது ஏட்டைத் திறக்கப் போகிறேன், உன் துணையுடன்.

டயரி, சமீப காலத்திலிருந்து எனக்கு என்ன ஆயிடுத்து, தொடர்ந்து ஆகிக்கொண்டு வருகிறது என்று எனக்கே புரியவில்லை. எனக்குள் புகுந்து கொண்ட இந்த விசித்திரமான பழக்கம் ஒரு கட்டுப்பாட்டிற்குள் வருமோ என்ற ஒரு சின்ன நம்பிக்கை. சேச்சே! இது என்ன பழக்கம்? இப்பொழுதெல்லாம் நான் என்னுட னேயே சுயநினைவில்லாமல் உரக்கப் பேசிக் கொள் கிறேனே, முனியம்மா மாதிரி. அன்றைக்கு ஆபீஸில் சுரேஷ் என்னைக் கையும் களவுமாகப் பிடித்தானே!

"என்ன காயத்ரி, ஏதாவது 'மானோ ஆக்டிங்கிற்கு' (Mono Actiong) தீவிரமாக ஒத்திகை நடக்கிறதா?" என்றான். மானம் போச்சு! இது என்ன பயங்கர விளைவு. எதனால் இந்த விளைவு?"

வரிகளைப் படித்த பின் தாளைத் திருப்பினேன். நேற்று இரவு ஒன்றுமே எழுதவில்லையே. எழுதலாமா? நேற்று மாலையும் எப்படி இந்த விசித்திரமான கெட்ட பழக்கம் என்னைத் துரத்தியடித்து, நான் ஆபீஸை முடித்துக்கொண்டு, ப்ளாஜாவில் சங்கரைச் சந்தித்து, 'ஸாரான்ஷ்' படம் பார்க்கப் போனபோது . . . இந்த முறை சுரேஷ் மாதிரி என்னை அந்த ஸ்கூட்டர் – ஓட்டிப் பிடித்தான்.

"என்ன சொன்னீங்க மேடம்? வேறு எங்கே போக வேண்டும்?"

"என்னது? நான் ஒன்றுமே சொல்லலியே?"

"அட! இப்பதான் என்னமோ நீட்டி முழக்கிச் சொன்னீங்களே?"

"ஆ . . . ங்! இல்லேப்பா, நீ தப்பா புரிஞ்சுண்டுட்டே. நேரா நான் சொன்னாப்பலே ப்ளாஜாவிற்குப் போ."

"சரி மேடம்."

கடவுளே, எனக்கு என்னவாயிற்று? ஏன் இப்படி ஸ்கூட்டரிலும் பஸ்ஸிலும் நடுத் தெருவிலும் ஆபீஸிலும் ஒரு சுயநினைவில்லாமல் இப்படி உரக்கப் பேசறேன்? இது என்னை எங்கே கொண்டு விடும்? பயித்தியக்கார ஆஸ்பத்திரியிலா?

"பணம் தரீங்களா?"

? ?

“என்ன மேடம்? ஒன்றும் பதில் பேசாமல் என்னையே பார்த்துக்கொண்டு இருக்கீங்க? இதோ ப்ளாஜா வந்தாயிடுத்து” என்று இளித்தான் ஸ்கூட்டர் ஓட்டி.

“ஓ இந்தா பணம்” என்று கொடுத்துவிட்டு இறங்கினேன். சினிமா ஹாலை நோக்கி நடக்கும் என் முதுகைத் துளைக்கும் படிப் பின்னாலிருந்து அந்த ஸ்கூட்டரோட்டி என்னையே விசித்திரமாக முறைப்பதுபோல உணர்ந்தேன். ஆனால் அவனைத் திரும்பிப் பார்க்க மட்டும் எனக்குத் தைரியம் வரவில்லை.

ஏன் என் நடத்தையில் இப்படியொரு மாறுதல்? நான் சின்ன பெண்ணாக இருந்தபோது எங்க அருமையான வேலைக்காரி முனியம்மாவைப் பார்த்து எத்தனை சிரிப்பேன். அவளைச் சீண்டுவேன். முனியம்மா இப்படித்தான் தன்னிடமே சரளமாகப் பேசிக்கொள்வாள். கவலைப்படாமல்! பிறருடன் அவள் போட வேண்டிய சண்டை சச்சரவுகள், அல்லது சாதாரணமான பேச்சும்கூட அவள் தன்மட்டில் பேசிக்கொண்டே, வாதாடிக்கொண்டே வேலைசெய்வாள், நடப்பாள், தண்ணீர் இறைப்பாள், பொடிக் கோலம் போடு வாள், இத்யாதி, இத்யாதி . . . இதைக் கவனித்து யார் அவளிடம் கேட்டாலும் கவலைப்படாமல் உதறித் தள்ளுவாள்.

“ஏய் முனியம்மா, யாருக்கு லெக்சர் கொடுக்கறே இப்படி! கொஞ்சம் எனக்கும் சொல்லேன்.”

“அடபோ புள்ளே. உனக்கு என்னா புரியும் என் கஸ்டம். மொளச்சு மூணு இலை விடலே!”

டயரியில் நேற்றைய தாளைப் பிரித்துவைத்துக் கொண்டு எழுதினேன்.

“அன்புள்ள டயரி,

நேற்று ஆபீஸில் நல்ல வேலை, மூச்சு முட்டறாப்பலே. மாலை ‘ப்ளாஜா’ போனேன், சங்கருடன் படம் பார்க்க. ‘ஸாரன்ஷ்’. அருமையான படம், உருக்கமான நடிப்பு. படம் பார்ப்பதற்கு முன்னால் நான் பாத்ரூ முக்குப் போனபோது ஒரு வயதான அம்மா, முகம் பீதியால் வெளிறிப்போய், சரேலென்று பாத்ரூமிலிருந்து அவசர அவசரமாய் வெளியேறினாள். பிறகுதான் எனக்குச் சந்தேகம் வந்தது. ஒருவேளை அவளுக்கு ‘கேன்ஸ்’ . . . சட்! இதையெல்லாம் ஏன் டயரியில் எழுதணும்? பாவம், இந்தச் சின்ன புத்தகம் எத்தனை

பளுவைத்தான் தாங்கிக்கொள்ளும்! பின்னே என்ன எழுதலாம்! யோசித்தேன்.

"டயரி, நான் ப்ளாஜா பாத்ரூமில். கண்ணாடியில் தலைவாரிக்கொள்ளும்போது, அசல் என் சாயலுடன் ஒரு தொண்டுக் கிழவி, முகமெல்லாம் மிகவும் மூப்படைந்து. கீற்றுக் கீற்றாகச் சுருக்கங்கள் ஓட ..."

அட சட்! மறுபடியுமா இந்த விபரீதமான எண்ணங்கள்? இதையெல்லாம் தடுத்துநிறுத்தலாம், ஒரு ஒழுக்கம் கொண்டுவரலாம் என்றல்லவா 'டயரி' எழுதுவதைத் துவக்கினேன்? பேனாவை எடுத்து, "டயரி, நிஜமாகவே நீ எனக்கு உதவுவாயா? உன்மேல் நான் விசுவாசம் வைக்கிறேன். தயவு செய்து எனக்குக் கைகொடு. சரி, மீண்டும் சந்திப்போம் குட் நைட்"– கா.

இதற்கு மேல் எழுதுவதற்குக் கை கூசியது. பின் வாங்கியது. அந்தச் சின்ன புத்தகத்தை டிராயரில் வைத்துப் பூட்டினேன்.

உண்மையில், அன்று மாலை ப்ளாஜாவில் எத்தனை பயங்கரமான வடிவமெடுத்தது. நான் பயித்தியம் போலத் தனி மொழியாடுவதை விசித்திரமாகப் பார்த்த ஸ்கூட்டர் ஓட்டியிடமிருந்து விடுதலை பெற்று, சினிமா ஹாலிற்குள் நுழைந்தேன். சங்கரைக் காணவில்லை: கைக் கடிகாரத்தைப் பார்த்தேன். ஏறத்தாழ அரைமணி முன்னதாக வந்திருக் கிறேன். ஒரு பெரிய இடைவெளிக்குப் பிறகு திரைப்படம் பார்க்கத் திட்டமிட்ட உற்சாகத்தில்!

தலைமயிரைச் சீர்படுத்திக்கொள்ளலாம் என்று பாத்ரூமிற்குள் போனேன். அங்கு வழக்கமான கும்பல் இல்லை ஆனால் உள்பக்கக் கதவுமட்டும் சாத்தியிருந்தது. கொஞ்ச நேரம் காத்திருப்போம் என்று நின்றேன். பட்டென்று பாத்ரூமின் கதவு திறந்துகொண்டது. ஒரு நடுத்தர வயதான அம்மாள், மிகவும் பரபரப்புடன் வெளியே வந்தாள். தலை யெல்லாம் முழுக்க நரைத்திருந்த அவள் முகத்தில் ஒரே கலவரம். இந்த அம்மாளுக்கு அப்படியென்ன கலவரம்? மத்தியான ஆட்டத்தில் எதையாவது பார்த்துவிட்டு மிரண்டு போய் விட்டாளா? மத்தியான 'ஷோ'வில் என்ன படம் காண்பிக்கப்பட்டது? ஒருவேளை, இந்த அம்மாளின் முகப் பாவமே அப்படியோ, அதை நான் தான் கலவரம் என்று வலிய மொழிபெயர்க்கிறேனோ?

கதவைத் தள்ளி, உள்ளே போய்த் தாழிட்டேன். இஷ்! சே! என்ன இது, வர வர கன்னாட் ப்ளேஸ் சினிமா ஹால் களின் பாத்ரூம்களும் இப்படிச் சுகாதாரமில்லாமல் அழுக்

காக இருக்கின்றன! மோசம்! சுற்றிலும் அழுக்கு, தண்ணீர், ரத்தம், சிறுநீர்க் குளங்கள். புடவைக் கொசுவத்தைச் சற்றுத் தூக்கிண்டு, வெளியே போகக் கதவுத் தாழ்ப்பாளைத் திறந்தேன். 'பட்'டென்று மண்டையில் ஓங்கி அடித்தாற்போல உணர்ந்தேன். என்னது! ரத்தமா? அது ரத்தக் கறையா? சட்டென்று பாத்ரூமைத் திரும்பிப் பார்த்தேன். சிவப்பு, சிவப்பாய் ரத்தக் குட்டைகள்... ஐயோ!

வெளிப்பகுதிக்கு வந்தேன். சரி, இதை ஏன் நாம் அந்த வயதான பெண்மணியுடன் சம்பந்தப்படுத்தணும், நோ... நோ இந்த சினிமா ஹாலின் வெளியே ஒரு உலகம், அதில் துரத்தியடிக்கும்படி அசுரவேகத்தில் சுழலும் பயம். இந்த விஞ்ஞானக் கால சமயத்தின் வினாடிகளை நாடித் துடிப் பெடுத்து வெளிப்படுத்தும் 'டிஜிட்டல்' கடிகாரத்தின் சகாப்தம். இந்த சகாப்தத்தில் "ஸர்விகல் கேன்ஸர்" என்ற கொடிய தண்டனை வர வேண்டுமென்றால், அது இப்படித்தான் நாடக வடிவத்தில் இல்லாமல், முற்றிலும் எதிர்பார்க்காதபடி திடீரென்று ஒரு நாள், ஒரு பொது இடத்தில், பொது பாத்ரூமில் நிகழலாமோ?

இல்லை, ஒரு போதுமில்லே! என்ன விபரீதமான ஊகம் இது, சுத்த, சோம்பேறித்தனமான, பொறுப்பில்லாத, கட்டுக் கடங்காத கற்பனைச் சுழல்... ஆனால்... ஆனால் இது ஒரு கட்டாயத்துடன் புகுத்தப்பட்ட நாகரிகப் பயமும் ஆகும். தற்காலத்து மருத்துவத் துறையின்படி இதைச் சுமார் ஐம்பது ஐம்பத்தைந்து வயதைக் கடந்த பெண்களிடம் இயல்பாக எதிர்பார்த்து, பயப்பட வேண்டிய ஒரு நிர்ப்பந்தம், அவ்வளவே தான். மருண்டவனுக்கு இருண்டதெல்லாம் பேய் என்ற கதைபோல... பாவம்! அந்தப் பெண்மணி யாருடைய தாயாரோ பெண்ணோ மனைவியோ? அந்த வயதான உயிர் இருக்கிறவரையிலும் நிம்மதியாக வாழட்டும், முருகனே.

நிலைக்கண்ணாடியின் முன்னால் பொருத்தப்பட்டிருந்த பீங்கான் தொட்டியின் மேல் இருக்கும் கண்ணாடிப் படித் தட்டின்மீது என் கைப்பையை வைத்தேன். முன் நெற்றி மயிரைச் சீப்பால் கோதினேன். பிறகு, ஒரு மென்மையான 'டிஷ்யூ' பேப்பரைப் பையிலிருந்து எடுத்து முகத்தை லேசாக ஒற்றியெடுத்து, துடைத்துக்கொண்டேன். நெற்றியிலும் கன்னங் களிலும் குறுக்கும் நெடுக்குமாய்த் தாறுமாறாகக் கிழிக்கப் பட்ட கோடுகள், சுருக்கங்கள், பெரிய பெரிய வடுக்கள். சருமத்தின் பிளவுகள். அங்கும் இங்கும் அறுந்து தொங்கிய கிழட்டுச் சருமம். கண்கள் இடுங்கி, பள்ளங்களாய், கருமை படர்ந்த குழிகளாய், பரிதாபகரமான... ஐயய்ய, இது

யாருடைய முகம்? இந்த அபத்தமான பிம்பம், யாருடையது? சீக்கிரமாக இந்த உருவத்தைச் சிரித்து, உதறித் தள்ளலாம் என்று, என்னுடைய எல்லாவற்றையும் திரட்டி, பெரிதாக ஒரு புன்னகையை வீசினேன். ஆ! நிலைக்கண்ணாடியின் மேல் இருக்கும் நீள 'டியூப்' லைட்டின் இரக்கமற்ற பிரகாசமான விளக்கொளியில் அது என்ன? பெரிய பொக்கை வாய், பல்லில்லாமல் காலியாகப் பிளக்கும் கிழட்டு வாய், கன்னங்கள் ஒட்டிய கிழட்டு வாய்! சரேரென்று திரும்பிப் பார்த்தேன். பாத்ரூமில் என்னைத் தவிர வேறு யாருமில்லை! அப்படியானால் நிலைக்கண்ணாடியில் பிரதிபலிக்கும் அந்தப் பிம்பம், அது நானா? நானா அது? சீப்பைப் பைக்குள் வைத்து, 'ஜிப்'பை மூடினேன். பையை எடுத்துக்கொண்டு மெதுவாக, மனம் பதைபதைக்க ஓரக்கண்ணால் கண்ணாடியைப் பார்த்தேன். அங்கே பாதரசத்தில் சாதாரணமாக, வழக்கமான காயத்ரி தெரிந்தாள். கொஞ்சம் தைரியம் வரவே கண்ணாடியை நெருங்கி உற்றுக் கவனித்தேன். வழக்கமான காயத்ரிதான். ஆனால் நெற்றி, முகமெல்லாம் 'குப்'பென்று வியர்வை முத்துக் கட்டியிருந்தது. பையை எடுத்துக்கொண்டு 'லாபி'யை நோக்கி நடந்தேன்.

"காயத்ரி"

சங்கர், கும்பலின் விளிம்பில் நின்றபடி கூப்பிட்டார். கூட்டத்துடன் உள்ளே நுழைந்து, அரையிருட்டில் ஸீட்டில் உட்கார்ந்துகொண்டோம். விளம்பரப் படங்கள் தொடங்கி, ஓசைகள் குழம்பிக் காதுக்குள் பாய்ந்தன. திரையில் வண்ணக் காட்சிகள் மிகவும் விரைவாகத் தோன்றி மறைந்து கனவுலக மாயையாக நெசவு செய்தன. அந்த மாலை, ப்ளாஜா நினைத்த மட்டில் தொண்டை வறண்டது. தண்ணீர் குடித்துவிட்டு வரலாம் என்று, ஃப்ரிஜ்ஜைப் பார்க்க நடை போட்டேன் அப்பொழுதுதான் கவனித்தேன் அரவிந்தின் அறையில் இன்னும் விளக்கு எரிந்து கொண்டிருந்தது. என்ன இது, நள்ளிரவையும் மீறி இப்படி ஒரு படிப்பு. விளக்கொளியில் கண்களே பொட்டையாகும் படிப்பு, சே!

11

பின் வராந்தாவில் இருக்கும் 'ஃப்ரிஜ்ஜை'த் திறந்து 'ஜில்'லென்ற ஒரு பாட்டிலை எடுத்தேன். அரவிந்த் இன்னுமா படித்துக்கொண்டிருக்கான்? பாவம், ஒரு பக்கம் 'நைட் டியூட்டியை' முடித்துக் கொண்டால், இன்னொரு நாள் ராவெல்லாம் படிப்பு. பாட்டிலைத் தூக்கி வாயினுள் தண்ணீர் ஊற்றிக் கொண்டபோது பேச்சுக் குரல்கள் கேட்டன. ஓஹோ, 'ஓர்க் அண்ட் ப்ளெஷா!' இப்போதுதான் இந்த இளம் ஜோடிக்குப் பேசத் தனிமை கிடைக்கிறது. பேசட்டும் – என்று மறுபடியும் எங்கள் அறையை நோக்கி நடக்கும்போது, திடீரென்று அரவிந்தின் உரத்த குரல் நடக்கும் என் கால்களை நிறுத்தியது.

"என்ன இப்படிப் பேசறே, கிரிஜா? ஐ டோண்ட் லைக் இட். ஐ வார்ன் யூ!" என்றது அரவிந்தின் உரத்த குரல், தெளிவாக. அட! இவனுக்கு அப்படி என்ன கோபம்? கோபிக்கும் சுபாவமே இல்லையே?

"எனக்கு என்னவோ, மம்மி, டாடி இங்கே இருக்கிற வரையில் நான் என் வீட்டில் இருப்பது போலவே எனக்குத் தோன்றுவதில்லை" – கிரிஜாவின் பதில்!

"இங்கே இருக்கிறவரையிலும் என்றால்... வாட் டு யூ மீன்? இது முதலில் அவர்கள் வீடுதானே. பாவம், அப்பாவும் அம்மாவும் எத்தனை கஷ்டப்பட்டு, தாங்கள் சம்பாதிச்ச காசைச் சேகரித்து இந்த ஃப்ளாட்டை வாங்கியிருக்கிறார்கள் தெரியுமா?"

"பார்த்தீங்களா? முதலில் இது உன் வீடுதானே என்று ஆரம்பித்து, இப்போ இதன் முதல் உரிமை மம்மி, டாடிக்குத்தான் என்கிறேளே?"

"ஓஹோ கிரிஜா, இது என்ன பேச்சு? ட்ரை டு அண்டர்ஸ்டேண்ட்! அம்மா, அப்பா எத்தனை கஷ்டப்பட வேண்டியிருந்தது ஒரு ஃப்ளாட்டை வாங்க. ஆனால் அவர்களின் ஒரே குழந்தையான எனக்குத்தானே கடைசியில் ஒரு கஷ்டமும்படாமல் கிடைக்கப்போகிறது – அதாவது எனக்கும் உனக்கும்?"

"ஹூம்... கடைசியில்? அதற்கு எத்தனை நாள் ஆகுமோ? மம்மியும் டாடியும் கல்லுப்போல இன்றுவரை இளமை வாய்ந்தவர்களாகவே சுறுசுறுப்பாக இருக்காங்க."

"என்ன சொன்னே? கிரிஜா நீ இப்படிப் பேசுவது எனக்குக் கொஞ்சம்கூடப் பிடிக்கவில்லை. டேக் கேர்!"

நட காயத்ரி, இங்கிருந்து நட, சேச்சே! இரண்டு பேர் பேசுவதை இப்படி ஒட்டுக் கேட்பது ரொம்பவும் கேவலமானது! அநாகரிகம். ஆனால் எனது கால்கள் பலமிழந்து துவண்டன. மனம் பதைபதைத்தது. இந்தப் பேச்சை நான் நிஜமாகவே ஒட்டுக் கேட்டேனா அல்லது மறுபடியும் இந்தப் புதுப்பழக்கத்தில் என்னுடன் நானே ஏதோ ஒரு கற்பனையாற்றலுடன் பேசிக்கொண்டேனா? ஒருவேளை என் சொந்த அச்சங்களே, ஆழதடத்தின் சில அவலமான அவ நம்பிக்கைகளே இப்படி விசுவரூபமெடுத்து, ஒன்றுடன் ஒன்று உரையாடலாகப் பின்னிக்கொண்டனவோ... பேசினது அவர்களா, இல்லை எனக்குள் நானே... இந்தச் சமீபகால விசித்திரப் பழக்கம். பலவீனம்... கடவுளே! திரும்பி நம் அறைக்கே போவோம். ஆனால் அதற்கு அரவிந்தின் அறையைக் கடந்து போகணுமே? அவர்களின் கதவு பாதி மூடப்பட்டு, இடுக்கு வழியாக நேர்நிலையான தூண்போலப் பளீரென்று வெளிச்சம் பாய்ந்தது, 'லாஸர் பீம்' போல நிறுத்திவைத்த கூர்மையான வாள்போல – இந்த ஒளிப்பரப்பை நான் தாண்டிச் சென்றால், அது என்னை இரண்டாக வெட்டிப் போட்டுடுமோ? உண்மையில் வெட்டினாற்போலப் பிளவை வலியுடன் உணர்ந்தேன். எனது கால்களை வலுக்கட்டாயமாக எங்கள் அறைக்கு இழுத்துக்கொண்டு போனேன். நேர்ந்தது உண்மையோ, மாய மருட்சியோ, விஷக்காய்ச்சல் கொண்ட புனையாற்றலோ... எதுவாக இருந்தாலும் இதோ இங்கே கள்ளங்கபடமற்ற குழந்தைபோல நிம்மதியாக உறங்கும் சங்கரிடம் மட்டுமே இதைப் பகிர்ந்து கொள்ள முடியும். விளக்கம் கேட்க முடியும். நாளை விடியட்டும்... விடியட்டும்.

****

சங்கரிடம் ஏன் சொன்னோம்? அவர் முகத்தில் இருந்த சிரிப்பைத் துடைத்தெறிந்தோம்.? இல்லை காயத்ரி, அந்த மாதிரி ஒன்றுமே நிகழவில்லை. அஜீரணத்தால் விளைந்த ஒரு சாதாரணக் கெட்ட சொப்பனம் . . . இப்படியெல்லாம் சமாதானம் சொல்வார் என்று எதிர்பார்த்தேனா? மாறாக, என் தோள்களைப் பற்றிக்கொண்டு என் கண்களை ஊடுருவிப் பார்த்தபடி, நிதானமாக, "தெரியும்" என்றார் சுருக்கமாக.

"என்னது! நம் சொந்த வீட்டில் நாமே ஏதோ வேண்டாத இரு அந்நியர்களைப் போல, நீண்ட ஆயுளைக் குரங்குப் பிடியாய்ப் பிடித்துக்கொண்டு இருக்கும் ஜீவன்கள் போல . . ."

"போதும் போதும் காயத்ரி, விட்டுத் தள்ளு. யார் என்ன சொன்னாலும் இது நம்ப வீடுதான், உனக்கு நான், எனக்கு நீ இருக்கிறவரையிலும்" என்றார் சங்கர். அப்படின்னு நினைத்துத்தானே குருவிபோலச் சேகரித்து இந்தக் கூட்டை அமைத்தோம் – வேர் வைக்க வீடு, பதுங்கிக்கொள்ளக் கூடு, முதுகைப் பாதுகாக்க ஒரு ஓடு என்றெல்லாம் பாவித்துச் சிறிது, சிறிதாகச் சின்ன பஞ்சு உருண்டைகள், நூல் இழைகள், காய்ந்த புல்லைச் சேகரித்து, இறகுகளை மடித்து, அலகைப் புதைத்து, ஒரு மென்மையான கதகதப்பை உண்டாக்கி . . .

இப்பொழுது இந்தக் கூட்டை உலுக்கி, அழித்து எங்களைக் கீழே உதிர்த்து, குப்புறக் கவிழ்த்து விட்டாற்போல இருக்கே? மெல்லிய வைக்கப்புற்களால் ஜோடனை செய்த இந்த நுண்ணியமான கனவைக் கல்லும் செங்கலும் காரையும் மரமும் கண்ணாடியும், இரும்புமாகச் சேர்ந்து ஒரு மெய்மை வாய்ந்த திடப்பொருளாக்கினோம். இந்தச் சின்னஞ்சிறு வீடு என்னும் பொந்து, இத்தனை வருடங்களுக்குப் பிறகு, மீண்டும் எங்கள் விலா எலும்புக் கூட்டிற்குள் காற்றுப்போல நுழைந்து ஆவியாக மறைந்துபோச்சு . . .

வீடு. உண்மையில் வீடு எங்கள் இருவருக்கும் சொந்தமா, அல்லது நாங்கள் இந்த வீட்டுக்குள் எங்களையே வலுக் கட்டாயமாகச் சம்பந்தப்படுத்திக் கொள்கிறோமா? 'எப்பொழுது மறைவார்கள்' என்ற இந்த இளம் தலைமுறையின் எதிர் பார்ப்பில், இப்பவே சங்கரும் நானும் இந்த வீட்டைச் சுற்றி வரும் ஆவி பிரிந்த பேய்களாகிவிட்டோம்! இது இப்படி யிருக்க, வருங்காலத்தில் இந்த டி.டி.ஏ ப்ளாட்டுகளை நம்பி, பணம் கட்டி, அவற்றில் குடிபுகுந்த மனிதர்களின் அனுபவம் எப்படி இருக்கப் போகிறது? இப்பொழுதெல்லாம் சர்க்கார் கட்டும் டி.டி.ஏ. ப்ளாட்டுகளில் பெரும்பாலும் தரையும் கூரையும் பள்ளம் பறிக்கப்பட்டு, திடீரென்று தகர்ந்து, இடிந்து விழுகிறதாமே? இந்தக் கட்டடங்களில் குடிபுகுந்த மக்கள்

தடைக்காப்பு என்று வைத்திருந்த நம்பிக்கை உணர்வை நொறுக்கி, உருகுலைக்கும் காரையும் மண்ணுமாய் அவர்கள் தலைமீது மணற்சொரிவாய்ப் பொழிந்து புதைக்கிறது. மூல ஆதாரமான கூரையும் தரையுமே திடீரென்று சரிந்தால், எந்தப் பாதுகாப்பைப் பிடித்துக்கொண்டு தன்னை ஸ்திரப் படுத்திக்கொள்வான் மனிதன்? இந்தக் கட்டடக் குலைவுகளின் செய்தியை இப்பொழுதெல்லாம் அடிக்கடி செய்தித்தாள் களில் படித்து, அதுவும் ஒரு பொருள் தேய்ந்த சாதாரணத் தன்மையைப் பூண்டுவிட்டது . . .

சரி, இதையெல்லாம் இப்போது பெரிதுபடுத்த வேண்டாம். அதற்குக் கிரிஜாவின் இந்த நிலைமை சரியில்லை. அவள் தாயாகப் போகிறாள், அரவிந்தைத் தந்தையாக்கப் போகிறாள், இந்தக் கூட்டினுள் இன்னும் ஒரு சின்னஞ்சிறு குருவிக் குஞ்சு வரப்போகிறது. எலிப்பொறிக்குள் இன்னொரு சின்ன சுண்டெலி. அதற்கு இடம் விடுவோம். இளம் தலைமுறைக்கு இடம்விட்டு ஒதுங்கிக்கொள்வோம். 'சொந்த வீடு' என்ற பத்திரசாட்சிபூர்வமான ஒரே ஒரு காரணத்திற்காக இந்த வீட்டுடன் நாம் ஏன் நம்மைச் சம்பந்தப்படுத்திக்கொள்ளணும், நம் உடம்புக் கூட்டிற்குள்ளேயே குத்தகைக்காரர்கள் போலச் சில காலம் இருக்கும் நாம்?

போவதற்கு என்னமோ தயாராகத்தான் இருக்கிறேன். ஆனால் அழைப்பு மட்டும் வருவதில்லை. யார் யாருக்கோ வருகிறது. மனசு மட்டும் சிறகடித்து, மேலே பறக்கத் துடிக் கிறது. சிந்தனையின் மேலோ உணர்வின் மேலோ கருத்தின் மேலோ. ஆனால் யோகா பயிற்சியாலும், உழைப்பாலும் உரம்பாய்ந்த இந்தக் கல்லுடம்பு கெட்டியாகக் கீழே பிடித் திழுக்கிறது. வாழ்க்கையை இப்படிப் பிடி தளர்த்தாமல், குரங்குப் பிடியாகப் பிடித்துக்கொண்டிருப்பது எனக்கே வெட்கக் கேடாகத்தான் இருக்கிறது. இதனால்தானோ என்னவோ இப்பொழுதெல்லாம் ஏதாவது சாவு சமாசாரம் கேட்டாலும் கூட மனம் இளகுவதில்லை. மனமே மரத்துக் கட்டை போல இறுகிக் கொண்டுவிட்டது, வாழ்வே ஒரு விறைத்த சாவைப் போல.

***

டயரியை எடுத்து வைத்துக்கொண்டேன்.

"அன்புள்ள டயரி,

இன்று இரவு... அடேயப்பா, என்ன இரவு, அதை நான் எப்படி விவரிப்பேன்? கிரிஜா அரவிந்துடன்

பேசுவதை எதேச்சையாகக் கேட்க நேர்ந்தது. எதோ ஒரு வெடி வெடித்தாற் போல உணர்ந்தேன்.

பிறகு, சங்கர் எனக்கு ஆறுதலாக . . .

டயரி, 'வீடு' என்றால் என்ன?

நன்றாக யோசித்து நாளை சொல். என்னைக் கேட்டால் 'வீடு' என்பது ஒரு . . . நெவர் மைண்ட், இப்போதைக்கு

குட் நைட்! —கா"

இதைத் திருப்பிப் படித்துப் பார்த்தேன். கடவுளே, இது என்ன உப்புச் சப்பற்ற வரிகள்? வாழ்க்கை என்னைக் கவிழ்த்து, நான் எங்கேயோ நழுவிப் பாதாளத்தில் விழுந்துவிடுவேனோ என்ற கலக்கம் என்னை ஆட்டிவைக்க, நான் இந்த டயரி எழுத ஆரம்பித்தேன். இப்போ எழுத்தே என்னிடமிருந்து நெளிந்து நழுவிக்கொள்கிறதே? ஒருவேளை. சாதுபோலச் சாதாரணத் தோற்றம் கொண்ட இந்தப் பேனாவே உண்மையில் ஒரு முரண்டு பிடிக்கும் சைத்தானோ? டயரியை டிராயரில் வைத்து மூடினேன். மேஜை விளக்கை அணைத்துப் படுக்கையில் படுத்துக்கொண்டேன். கண்களை மூடியபோது எரிச்சலெடுத்தன. புரண்டு படுத்தேன். தூக்கம் என்பது எழுத்தைப் போலவே ஏதோ ஒரு தொலைதூரத்தில் வழுக்கிக்கொண்டு போச்சு.

"எந்த இடத்திலும் கொஞ்ச நேரத்திற்காவது நம்மை ஸ்திரப்படுத்திக்கொள்ளலாம். நாற்காலியின் மீது, திவான் மீது, ஏன் வீட்டு வாயிற்படியின் மீதுகூடப் பலநேரங்களாவது நிம்மதியாக உட்காரலாம். ஆனால் படுக்கையில்? 'படுக்கை' என்றவுடன் பூமியின் இயற்கையான ஈர்ப்பு விசை எங்கே போய்விடுகிறது? படுக்கை மட்டும் ஏதோ ஒரு வேகத்துடன் ஏன் என்னை எழுப்பி, விரட்டி ஓட்டுகிறது? ஓடு. ஓடு . . . என்கிறது."

பத்மாவின் வார்த்தைகள், *மிதவை மரத்தில்*. எப்படித் தடங்கலில்லாத தெளிவுடன் இப்பொழுது என் நினைவிற்கு வருகின்றன, ஆச்சரியம்! இது என்ன பிரமாதம், இதற்கும் மேல் எத்தனையோ நம்மை அதிரவைக்கும்படி எழுதுகிறார்கள் ரமாவும் ஜோஷியும். நானோ கேவலம் ஒரு டயரியை எழுதுவதற்குள் ஏதோ புலப்படாத ஒன்று என் கையைப் பின்னுக்கு இழுக்கிறதே? உளறிக்கொட்ட வேண்டும் என்று நினைத்த மட்டிலேயே ஒரு பாதுகாப்பு உணர்வு எச்சரிக்க என் பேனா எழுதக் கூசுகிறது. அடம் பிடிக்கிறது, டயரி எழுத வேண்டும் என்று செயல்ரீதியாக ஈடுபடும்போது, எழுத்தே ஒரு மாயை

போல, உண்மைகளுடன் கண்சிமிட்டி, கண்ணாமூச்சி விளையாடி நழுவிக்கொள்கிறது. ஒரு டயரி எழுதுவதற்கே இந்தப்பாடு என்றால், ரமா தன் எழுத்தில் எப்படி ஒரு தயக்கமில்லாத துணிவைப் பதிவுசெய்கிறாள்? ஆனால் பேச்சில் மட்டும் தன்னுடைய எழுத்தையே படு அலட்சியமாய், மிக எளிமையான காரணங்களைக் கோடிட்டு விளக்கம் சொல்லித் துடைத்தெறிவாள். விந்தையான பெண்!

"எதற்காக எழுதறேன் என்று கேட்பாயா? சமயத்தில் சில இடைவெளிகள் – ஏதோ ஒரு சூனியம், ஒரு 'வாயிட்' (void) என்னைப் பார்த்து 'ஹா'வென்று வாயைப் பிளக்கிறது போல இருக்கும். அந்தக் காலி இடங்களில் எதையாவது போட்டு நிரப்பி, அடைக்க எழுதறேன்" என்றாள் ரமா.

"காலி இடமா? சூனியமா? இத்தனை வேலைகளைச் செய்து முடிக்கும் உன் வாழ்வில் சூனியத்திற்கு இடமேது ரமா?" என்பேன். பொறுமையுடன் பதில் சொல்வாள்:

" 'காயத்ரி' நிஜமாகத்தான் சொல்றேன். அங்கும் இங்கும் விட்டுவிட்டுப் போன மாதிரி வெறுமையான இடங்கள் பெருமூச்செறிந்து, எனக்குள் இனம் தெரியாதபடி அச்சமூட்டுகிறது. அதில் நிரப்புவதுபோல எழுத ஆரம்பிக்கிறேன். பேனா காகிதத்தில் ஓடும்வரை இந்த அச்சத்தைக் கொஞ்சம் தொலைவில் ஒதுக்கிவைக்க முடிகிறது. எழுதி முடித்தபின் மறுபடியும் அந்த வெற்று இடைவெளிகளை உணர்கிறேன், என்ன செய்வது?" என்ற ரமாவின் கண்களில் அன்று ஒரு எட்டாத தொலைவைக் கண்டேன்.

எழுது ரமா. உன்னுடைய பேனாவின் தேடல் உன்னை அயராமல் எங்கோ இட்டுச்செல்கிறது. என்னுடைய பேனாவோ, முடவனுக்குக் கிடைத்த நொண்டிச் சாக்காய் அடம்பிடித்து, நகர மாட்டேங்கிறது.

***

கோடை ஆரம்பமாக இருந்தும், இடையே மிகச் சுருக்கமாகத் தோன்றி மறையும் இளவேனிற் காலம். இன்னும் காலையிலும் மாலையிலும் குளிர்க் காற்றை வீசியது. அதற்காகவே, தலைக்கு ஒரே ஒரு லேசான ஸ்வெட்டரையும் எனக்கென்று சால்வையையும் வைத்துக் கொண்டு அங்கும் இங்குமாக இடத்தை அடைத்துக்கொண்டு சிதறிக்கிடந்த கம்பளிச் சட்டைகளை, கனமான 'ரஸாய்க்'களை, கோட்டுகளை, சால்வைகளை உள்ளே பீரோவில், பெட்டியில் அடைத்து வைக்கலாம் என்று உட்கார்ந்தேன். இந்தச் சனி, ஞாயிறை

விட்டால் மறுபடியும் ஒரு வாரக்காலம் ஆபீஸ் வேலை அழுத்தும், அமிழ்த்தும். ஒரு பெரிய பெட்டியில் நிறைய 'நேஃப்தலீன்' உருண்டைகளைப் போடும்போது, அதன் அடிப்பாகத்தில் ஒரு சின்ன புத்தகம் கைக்குத் தட்டுப்பட்டது. இது என்ன வெனப் பிரித்துப் பார்த்தேன். என் பழைய டயரி! படித்தேன்; 'டயரி, வீடு என்றால் என்ன? நன்றாக யோசித்து நாளை சொல். என்னைக் கேட்டால் 'வீடு' என்பது ஒரு . . . நெவர் மைண்ட் இப்போதைக்கு குட் நைட் – கா."

சிரிப்பு வந்தது. அடுத்த பக்கம் புரட்டினேன். காலியா யிருந்தது. அதற்கும் அடுத்த பக்கம், பிறகு அதற்கும் அடுத்தது . . . எல்லாமே காலி! மீண்டும் நான் எழுதியிருந்த பக்கத்தைப் புரட்டி, எழுதிய தேதியைப் பார்த்தேன். அடேயப்பா! இதை எழுதி ஐந்து வருடங்களாகின்றன! இதற்கு நடுவில் டயரியைத் தொடர்ச்சியாக எழுத வேண்டும் என்ற எண்ணமே வர வில்லையா அல்லது இது சமயம் பற்றாமல் போனதன் விளைவா? ஒன்றும் தீர்மானமாகச் சொல்ல முடியவில்லை, கிரிஜாவிற்குக் குட்டி சித்தார்த் பிறந்ததிலிருந்து இந்த வீடே அமளிதுமளி ஆகிவிட்டது. ஒரு புத்தம்புது, சின்னஞ்சிறு உயிர் இப்படியொரு மாறுதலை நிலைநிறுத்துமோ என்பதை நினைத்துப் பார்த்தால் இப்போதும் விந்தையாக இருக்கிறது. சித்தார்த் எங்களையெல்லாம் முழுவதுமாக ஆக்கிரமித்துக் கொண்டு ஐந்து வருடங்கள் உருண்டோடின, டயரியே, ஒருநாள் உன் உதவியை நாடிவந்த நான், பிறகு உன்னை எழுதவே முற்றிலும் மறந்துபோனேன்! என்ன செய்வது? வேலை நெருக்கம் ஒரு பக்கம் இருக்க, இப்போ குழந்தை சித்தார்த் வேறு என் காலைச் சுற்றி வருகிறான். நான் வீடு திரும்பியவுடன் என்னைவிட்டு ஒரு நிமிடம்கூடப் பிரியமாட்டேங்கறான். டயரி இப்போது உண்மையிலேயே உனக்கு குட்நைட் அல்ல. குட் பை . . ! டயரியை மறுபடியும் அதே பெட்டிக்குள் வைத்து, மீதியிருந்த கம்பளிச் சட்டை களை அடுக்கி வைத்தேன். பகலில் ரமா வீட்டிற்கு வருவதாகச் சொல்லியிருந்தோம். சங்கருடன் கிளம்பத் தயாரானேன்.

***

ரமாவின் வீட்டில் இரண்டு மணிநேரங்கள் சுவாரஸ்ய மாகக் கழிந்தன. அன்று ஜோஷியையும் இன்னும் சில நண்பர் களையும் பார்க்க நேர்ந்தது. ஆனால் தாமோதர் வரவில்லை, என்றும் அவள் வீட்டிற்கு வரமாட்டார். ஆனால் 'மறைந் திருந்தே அவளுக்குள் மணம் கமழும் ரகசியமாய்' . . .

வீடு திரும்பத் தாமதமாயிடுத்து. கதவைத் திறந்தவுடன் அரவிந்த்:

"அப்பாடா. வந்தீர்களா? இங்கே எங்களுக்கு உயிரே போச்சு!" என்றான்.

"ஏனாம்? அப்படி என்ன நாழியாயிடுத்து? எங்களுக்காகக் காத்திருக்க வேண்டாம் என்றேனே? நீங்க இரண்டு பேரும் வெளியே போகணும்னா போகறதுதானே!" என்றேன். "வெளியே போறது இருக்கட்டும் அம்மா. இந்த சித்தார்த் சைத்தான் என்னமா எங்களை ஆட்டிவைத்தான்!"

"அப்படியா? எங்கே குழந்தை? என்ன வேணும்கிறான்?" என்றேன், கைப்பையை வைத்து, காலணிகளை மாற்றிக் கொண்டே, "பாட்டி எங்கே, பாட்டி எங்கேன்று, கை காலை உதைத்துக்கொண்டு அடம்பிடித்தான், மம்மி. பால்கூடச் சாப்பிடவில்லை" என்றாள் கிரிஜா.

அரவிந்தின் அறையை எட்டிப் பார்த்தேன். பொம்மைகளும் விளையாட்டுச் சாமான்களும் சிதறிக் குலைந்துகிடந்தன. கட்டிலின் மேல் சித்தார்த் தலை குப்புறப் படுத்துக்கொண்டிருந்தான். கிட்டப்போய் தொட்டவுடன், கால்களை உதைத்துக்கொண்டு, முகத்தைத் திருப்பிக்கொண்டு அடம் பிடித்தான்.

"எழுந்திரு கண்ணா, பால் சாப்பிடு" என்றேன், அவன் தலை மயிரைக் கோதியபடி.

"மாட்டேன் போ!"

"சித்தார்த்!"

"ஊஹூம்! எங்கே போனே இத்தனை நாழி?"

"கண்ணா, அதனாலென்ன உன் அம்மா, அப்பா இருந்தார்களே?"

சித்தார்த் கோபமாக எழுந்து உட்கார்ந்துகொண்டு "நோ அவாளுக்கு 'பில்டிங்க் ப்ளாக்' கட்டத் தெரியாது" என்றான் அழுத்தமாக. சுற்றிலும் பார்த்தேன். 'லியோ டாய்ஸ்' தயாரிப்பான கண்ணைப் பறிக்கும் உறுதியான வண்ண 'பிளாஸ்டிக் பில்டிங்க்' பிளாக்குகள் அங்கும் இங்குமாகத் தரையில் எறியப்பட்டிருந்தன. குழந்தைகளின் முரட்டுப் பிடிவாதங்களை நன்றாகத் தாங்கிக்கொள்ளும்படிதான் இந்தப் பிளாக்குகளை வலிமையாகத் தயாரித்திருந்தார்கள் 'லியோ' கம்பெனியார். தினம் விளையாட்டை முடித்து வீடு திரும்பியவுடன் மரம், பூனை, பறவை, வீடு என்று வரைந்து தள்ளுவான் சித்தார்த், வண்ணம் தீட்டுவான்.

"சித்தார்த், இந்த வீடு, நம்ப வீடு, மற்றும் இதோ எதிரே தெரியும் வீடுகளைப் போல் இல்லையே?"

என்று அவன் வரைந்த படத்தைச் சுட்டிக் காட்டினால், "இது வெறும் 'பிளாட்' பாட்டி, நான் வரைந்தது அசல் வீடு. அது காட்டேஜ்" என்பான். சுற்றிலும் இறைந்துகிடந்தன பிளாக்குகள். "சேச்சே! அதற்காக இப்படியா தூக்கி எறிவது? சரி வா, இப்போது கட்டுவோம்" என்று நான் சொல்வதற்குத் தான் காத்திருந்தவன் போல், கட்டிலிலிருந்து 'ஸ்பிரிங்' மாதிரி குதித்தான் சித்தார்த்.

"வா. நல்ல ஸ்டைலாக ஒரு ஏர்போர்ட் கட்டுவோமா?" என்றேன், சில பிளாக்குகளைச் சேகரித்தவாறே.

"ஹூம்?" என்று சில விநாடிகள் யோசித்தவன். எழுந்து எங்கிருந்தோ 'லியோ ப்ளாக்கின்' டிசைன் (மாதிரி) புத்தகத்தை எடுத்துக்கொண்டு வந்து,

"இதோ பார் பாட்டி, ஹவுஸ். லெட்ஸ் மேக் எஹவுஸ்" என்று ஒரு டிசைனைச் சுட்டிக்காட்டினான். அழகான வண்ண பங்களா.

"ஓ, ப்யூடிஃபுல் ஹவுஸ். இது போலக் கட்டுவோமா?" என்றேன். குழந்தை குஷியாகத் தலையாட்டினான். இருவரும் தரையில் உட்கார்ந்து, பிளாக்குகளைக் கவர்ச்சியான வண்ணச் சேர்க்கையுடன் 'வீடு' கட்டினோம். அறைக்குள் வந்த சங்கர் எங்களைப் பார்த்துச் சிரித்தார்.

"இது என்ன காயத்ரி, உடைகூட மாற்றாமல்?"

சங்கரைப் பார்த்தவுடன், 'தாத்தா, இதோ பார், மை ஹவுஸ். பாட்டி இஸ் பில்டிங்க் எ காட்டேஜ்!' என்று கூவினான். கன்னங்குழிய ஒவ்வொரு பிளாக்கையும் தேர்ந்தெடுத்து, என் உள்ளங்கையில் சிரத்தையாக வைத்தான். அமைத்துக் கொண்டே வரும் நான் அந்தச் சதுரம், சதுரமான வண்ண பிளாக்குகளாக மாற்றினேன். பிளாஸ்டிக் செங்கல்களானேன். என்னைச் சுற்றி இந்தக் கனவு வீட்டைப் படைத்து, என்னை வளைத்துப் போட்டுக் கொண்டான் குழந்தை சித்தார்த். வெளியே வேட்டையாடி, சோர்வுற்றுவரும் கொறி விலங்கு களுக்குப் பதுங்கும் ஒரு பொந்தான இந்தச் சிறிய டி.டி.ஏ. ப்ளாட்டின் அறைக்குள் கண்ணைப்பறிக்கும் சின்னஞ்சிறு வண்ண பிளாஸ்டிக் பங்களா! கட்டி முடித்த அதன் அமைப் பையே உற்றுப் பார்த்தேன். பிளாஸ்டிக் பிளாக் வீடு ஒரு அட்டை வீடாயிற்று. கதவுகள், அட்டைச் சுவர்கள், சதுரமாக வெட்டப்பட்ட ஜன்னல்கள். புல்தரையில் 'சமையல்' சொப்புகள், அடுப்பிற்காகச் சேகரித்து, பற்றவைத்த புகையும் சுள்ளிகள். சிறிய மண் அடுப்பின் மேல் சமைக்கும் சிறுமியர்கள்.

"ஸந்தியா, உஷா, வாங்கோடி சீக்கிரம், வீட்டு விளை யாட்டு விளையாடலாம்."

இதையெல்லாம் கவனித்தபடி நிற்கும் உயரமான உருவம், மென்மையான மந்தகாச முகம்.

"பேபி, என்ன விளையாடறீங்க?"

"வீட்டுவிளையாட்டு, தாத்தா"

"ஓஹோ. இந்தக் குட்டி வீட்டுலே என்ன செய்யறீங்க?"

"இந்தக் குட்டி அடுப்பைச் சின்ன விறகு சுள்ளிகளால் பற்றவைத்து, சமைத்தோம்."

"அட! என்னவெல்லாம் சமைத்தீங்க சொல்லு பார்ப்போம்?"

"இரண்டு கறி, கூட்டு, மோர்க்குழம்பு, ரசம், பச்சடி ..."

"அடேயப்பா, சமாராதனைதான் போ! சாப்பிட்டாச்சா?"

"அதற்குத்தான் உங்களை அழைத்துப் போக வந்தேன், தாத்தா."

சிறுமியின் கை தாத்தாவின் கையைக் கெட்டியாகப் பிடித்துக்கொண்டு. அவரை அட்டை வீட்டின் அருகே இழுத்துக்கொண்டு போச்சு. பச்சைப் பசேலென்ற பசுமை யான புல் தரையின் நடுவே, பெரிய பலாமரத்தின் கீழே ஒரு அட்டைப் பொம்மை வீடு. எரியும் சுள்ளிகள் எழுப்பிய புகை மண்டலத்தின் நடுவே வைக்கப்பட்ட சொப்பு வாணலி, அதற்குள் ஏதேதோ காய்கறிகளின் துண்டங்கள் கருகிக் கொண்டிருந்தன. அட்டை வீட்டின் வெளியே புல்தரையில் ஒரு சின்ன நாற்காலியில் ஒரு பொம்மை உட்கார்ந்திருந்தது. அதன் முன்னால் ஒரு சின்ன வட்ட மேஜை. பொம்மையைக் குனிந்து பார்த்த தாத்தா,

"வீட்டு வாசலில் இது என்ன ஒரு பொம்மை உட்கார்ந் திருக்கு?" என்றார்.

"ஓ நோ, தாத்தா. அது பொம்மையல்ல, அதுதான் நீங்க. இது நம்ப வீடு. நீங்க தோட்டத்தில் உட்கார்ந்துகொண்டு படிக்கிறீங்க" என்றாள் காயத்ரி.

"ஹஹ்ஹா...!" என்று சிரித்தார் பெரியவர்

உறுதியாகப் பேசும் காயத்ரியைத் தன்பக்கம் இழுத்துக் கொண்டு உச்சியில் முத்தமிட்டார். "இந்த வீட்டுக்குள் வாங்கோ தாத்தா, ப்ளீஸ்.!" என்று தாத்தாவின் சுண்டு விரலைத்

திடமாகப் பிடித்திழுத்த சிறுமி காயத்ரி, அவரை அட்டை வீட்டுடன் வளைத்துப்போட்டுக்கொண்டாள். தாத்தா அட்டை வீடானார்.

தரையில் 'லியோ டாய்ஸ்' விளம்பரம்போல, வண்ண பிளாக்குகளின் நடுவே சிரித்து விளையாடும் சித்தார்த்தைப் பார்த்தேன். நின்றவாறே, இரண்டு கைகளைக் கட்டிக் கொண்டு புன்னகையுடன் இந்தக் காட்சியை ரசிக்கும் சங்கரை நிமிர்ந்து பார்த்தேன். பிளாஸ்டிக் செங்கல்களான எனது அங்கங்கள் துறைமுகமாய் விரிவடைந்தன. காதில் ரகசிய மாகக் கிசுகிசுக்கும் சங்கரின் குரல். 'பட்டுப்போல இந்தச் சருமம். மிருதுவான தலைமயிர். இதிலிருந்து என்ன அபார மான வாசனை! என்னைக் கிறுகிறுக்கவைக்கிறது. நடுக்கடலில் போராடி வந்த கப்பலுக்கு நீ ஒரு துறைமுகம் காயத்ரி... ஒரு துறைமுகம்'. மீண்டும் கண்களைத் தாழ்த்திச் சித்தார்த்தைப் பார்த்தேன். இப்பொழுது அமைதியாகக் கிரிஜா நீட்டிய தம்ளரில் பாலை உறிஞ்சிக் குடித்துக்கொண்டிருந்தான். அவன் முகத்தில் திருப்தி. பக்கத்தில் அவன் என்னைச் சுற்றிக் கட்டின வண்ண வீடு.

"தேர்! மை ஹவுஸ். இங்கே பாட்டி இருக்கா. தாத்தா இருக்கா."

"அப்புறம்?" என்று சிரித்த சங்கரிடம்,

"சித்தார்த் இருக்கான்" என்றான் குழந்தை, உல்லாசமாகக் கையைத் தட்டியபடி. திடீரென்று, அந்தச் சின்னஞ்சிறு ப்ளாஸ்டிக் வீடு எனக்கு மூச்சு முட்டியது. அதற்கு வெளியே அந்தச் சின்ன அறையின் காற்றுக் குறைவான புழுக்கமும் மூச்சுத் திணற வைத்தது. எழுந்து ஜன்னலருகே போனேன். கீழ்வீட்டின் புல்தரையோரத்தில் இருக்கும் மாமரம் பூத்திருந் தது. செம்பு வண்ணப் புது இளம் இலைகள் எண்ணெய் தடவியதுபோல இந்த அந்தி ஒளியிலும் பளபளத்தன. ஈராட்டை வாழ்வு. வருடம் விட்டு வருடம் துளிர்விடும் தளிர் இலைகளுடன் இப்பொழுது வெண்மையான இளம் பச்சை நிறப் பூக்களும் சேர்ந்து மரம் பூரா போர்த்தினாற் போலக் குப்பென்று பூத்திருந்தது. மலர்களிலிருந்து சுள்ளென்ற லேசான இளம் புளிப்புவாடை காற்றில் மிதந்து வந்து மூக்கைத் துளைத்தது அதை ஒருவித ஆவலுடன் நுகர்ந்த எனது மூக்கு மடல்கள் விரிந்தன.

ஈராட்டை வாழ்வு. மாமரம் பூத்தது. கடவுளே, காய்க்கும் வரை இந்தப் பூக்களுக்கு இரவலாக மணம் கொடு. பூ காய்த்து, காம்பு சுணை வைக்கும். காய் வீங்கிப் பழுத்து,

பொன்னிறப் பழமாகும். மடிநிறைய மாம்பழத்தைத் தாங்கித் தரும்வரை பழம் மரத்தில் குத்தகையாக இருக்கும். சில பழங்கள் பொத்தென்று கீழே விழும். பழங்களைக் கொடுத்து ஓய்ந்த பின் மரம் வெறுமனே நிற்கும். பிறகு மறுபடியும் வருடம் விட்டு வருடம் கழித்து 'குப்' பென்று மற்றொருமுறை பூக்கும் மடியும் பூக்கும் மடியும் இப்படியொரு தாளம்.

"அம்மா, இந்தச் சைத்தான் அடங்கியிருக்கும் போதே டிபனை முடித்துப்போம், என்ன? உடை மாற்றிக்கொள்கிறேளா, அம்மா?"

என்ற அரவிந்தின் கேள்வியை ஜன்னலிலிருந்து வெளியே பார்க்கும் என் முதுகு ஈர்த்துக்கொண்டது. வெளியே அஸ்த மித்த பின் தொடுவானம் வெல்வெட்போல ஊதா கலரில், மாய அழகுடன் விரிந்திருந்தது.

"அம்மா, முதலில் டிபன் சாப்பிடலாமா அல்லது உடை மாற்றிக்கொள்கிறீங்களா?"

உடை மாற்றிக்கொள்ளணுமா?

அல்லது உடைகளைக் களைந்தெறியணுமா? பிறகு?

காதுகளை, கண்களை, மூக்கையும், களைந்தெறியணும்...

தோலையே உரித்து எறிய வேண்டும், அந்த வெறி...! என் பெயரையே காலால் துடைத்து, அழித்து, அகற்றிவிட்டுக் கிளம்பிட வேண்டும், கிளம்பிட வேண்டும். மூச்சை முட்டும் இந்த வீட்டைப் பெயர்த்து, மூச்சை முட்டும் இந்த உடம்புக் கூட்டைப் பெயர்த்து, மண்டை ஓட்டையும் பிளந்து, இந்த மையத்திலிருந்து திமிறி ஓடிடணும்... ஓடிடணும்.

●